Drugs aren't cool, They make you look like a fool.

ഡോ. കെ എൻ രാജീവ്

(ശിശുരോഗവിദഗ്ദ്ധൻ)

നാദാപുരത്തിനടുത്ത് പുറമേരിയിൽ കഴിഞ്ഞ 35 വർഷമായി പ്രിവന്റീവ് ക്ലിനിക് നടത്തുന്നു. നിരവധി ആരോഗ്യബോധവൽക്കരണ ക്ലാസുകൾ ഗ്രാമങ്ങളിൽ നടത്തിയിട്ടുണ്ട്.

പുസ്തകങ്ങൾ:
ഭക്ഷണം വില്ലനാകുമ്പോൾ,
ആരോഗ്യത്തിന്റെ സപ്തവർണങ്ങൾ,
കേരളം മരുഭൂമിയാകുമോ?,
വ്യായാമം ഒരു പ്രതിരോധമരുന്ന്.

ഭാര്യ: ഡോ: എം.കെ.ഗീത (ഗൈനക്കോളജിസ്റ്റ്)
മക്കൾ: ഡോ: രശ്മി (പാത്തോളജിസ്റ്റ്)
ദൃശ്യ (എം.ബി.എ. ഇന്റീരിയർ ഡിസൈനർ)
ഗീതം ഹൗസ്, അറത്തിൽ ഒന്തം,
നാരായണ നഗർ,
വടകര. പിൻ 673 101
drknrajeev@gmail.com

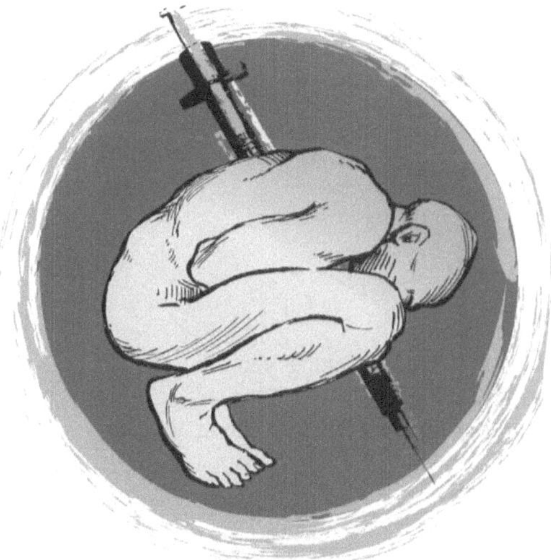

"Delete Drugs Or They Will Delete You From This World"

RK PUBLISHING VENTURE

Calicut, Kerala, India.
www.rkpublishingventure.com, facebook/rkpublishingventure
info@rkpublishingventure.com
Call- +91 8078 930140

First published in 2018

ISBN 978-93-83007-19-6
Non Fiction

Typeset And Design : RK Publishing Venture
Cover Photography : RK Publishing Venture
Printed and Bound in India by RK Publishing Venture

ലഹരിയിൽ
മയങ്ങുന്ന കേരളം

ഡോ. കെ എൻ രാജീവ്

RK PUBLISHING VENTURE

ഉള്ളടക്കം

ആമുഖം

കേരളം ജീവിതശൈലീ രോഗങ്ങളുടെ തലസ്ഥാനമാവുകയാണെന്നു നമുക്കറിയാം. അതേ പോലെ മയക്കുമരുന്നുപയോഗത്തിലും കേരളം മുന്നിലാണ്. പഞ്ചാബ് കഴിഞ്ഞാൽ രണ്ടാം സ്ഥാനം കേരളത്തിനാണ്. ഇതിന് പ്രധാന കാരണം ജീവിതശൈലീ മാറ്റമാണ്. പണ്ട് സ്കൂൾ വിട്ടാൽ കുട്ടികൾ പറമ്പിൽ പോയി കളികളിൽ ഏർപ്പെടുമായിരുന്നു. ഇന്നത് മാറി ടി.വി, മൊബൈൽ എന്നിവയുടെ അഡിക്റ്റായി മാറി കുട്ടികൾ. ഗൃഹ സദസ്സുകൾ ഇല്ലാതായി. അച്ഛൻ അമ്മ എന്നിവർ ജോലിക്കാരായി മാറിയതോടെ കുട്ടികളെ ശ്രദ്ധിക്കാൻ പറ്റാത്ത അവസ്ഥ വന്നു. പഴയ നിയമങ്ങൾ മാറി. മൂല്യങ്ങൾ നഷ്ടപ്പെട്ടു. പുതിയ തലമുറയുടെ കയ്യിൽ പണം വന്നു. പുത്തൻ ബൈക്കുകളിൽ അവർ പാഞ്ഞു തുടങ്ങി. ഓൺലൈനായി പുതിയ മരുന്നുകൾ കിട്ടുന്ന അവസ്ഥ വന്നു. കൂലിപ്പണിക്കാരന്റെ വീട്ടുമുറ്റത്ത് പോലും ബുള്ളറ്റ് സൈക്കിളാണ് ഉള്ളത്. ഒരു മിസ്കോൾ അടിച്ചാൽ മയക്കുമരുന്ന് വീട്ടുമുറ്റത്ത് എത്തും എന്ന അവസ്ഥ വന്നു. കുട്ടികൾ ആദ്യം പരീക്ഷിച്ചു നോക്കുന്നത് പുകയിലയാണ്. പിന്നെ മദ്യം, അതിനുശേഷം കഞ്ചാവ്. പുകയില ഉൽപന്നങ്ങൾ യഥേഷ്ടം കിട്ടുന്നുണ്ട്. 2016ൽ മദ്യനിരോധനം വന്നതോടെ ആളുകൾ കഞ്ചാവ് പോലുള്ള ലഹരിയിലേക്ക് തിരിഞ്ഞു.

പുത്തൻ പരിഷ്ക്കാരികൾ ക്ലബ്ബുകളിൽ പോയി ഡി.ജെ. പാർട്ടികളിൽ പങ്കെടുത്ത് തുടങ്ങി. ഇത്തരം പാർട്ടികൾ കൊച്ചിയിൽ വ്യാപകമാണ്. ഇവ ക്രമേണ കോഴിക്കോട്ടും എത്തി. എം ഡി എം എ പോലുള്ള പുതിയ മരുന്നുകൾ മാർക്കറ്റിൽ സുലഭമാണ്. പെൺകുട്ടികൾ റൂമിലിരുന്ന് ഫെവിക്കോൾ, പശകൾ, മഷിമായ്ക്കുന്ന കെമിക്കലുകൾ എന്നിവ മണത്ത് ലഹരിയിലേക്ക് പ്രവേശിച്ചു. കുറിപ്പടി മരുന്നുകൾ വ്യാപകമാണ്.

മയക്കുമരുന്നിനടിമകൾ കൗമാരപ്രായത്തിലുള്ള കുട്ടികളാണ്. കൗമാരപ്രായത്തിലെ ഹോർമോൺ തകരാറുകൾ കുട്ടികളെ എടുത്തുചാട്ടത്തിലേക്ക് (impulsivity) നയിക്കുന്നു. പുതിയ കാര്യങ്ങൾ പരീ

ക്ഷിച്ചറിയാനുള്ള ജിജ്ഞാസ, സുഹൃത്തുക്കളുടെ സമ്മർദ്ദം, അച്ഛനമ്മമാരോടുള്ള പ്രതിഷേധം എന്നിവ മയക്കുമരുന്നിലേക്ക് നയിക്കുന്നു. മയക്കുമരുന്ന് വ്യക്തിയെ നശിപ്പിക്കുന്നു, അവന്റെ വ്യക്തിത്വം തകരുന്നു, പരീക്ഷയിൽ തോൽക്കുന്നു, സ്കൂളിൽ ഡ്രോപ്പ് ഔട്ട് ആവുന്നു, മയക്കുമരുന്ന് കുത്തിവെക്കുന്നവരിൽ എച്ച്.ഐ.വി, മഞ്ഞപ്പിത്തം എന്നിവ പടരുന്നു, കുടുംബ ബന്ധങ്ങളിൽ വിള്ളൽ ഉണ്ടാവുന്നു, അവർ സാമൂഹ്യ വിരുദ്ധസ്വഭാവം കാണിക്കുന്നു, റോഡപകടങ്ങളിൽ പെടുന്നു, അക്രമം നടത്തുന്നു, മോഷണം ചെയ്യുന്നു, കൊലപാതകിയാവുന്നു.

നമ്മുടെ ഭാവി തലമുറ അങ്ങനെ നാശത്തിലേക്ക് നീങ്ങുന്ന അവസ്ഥ. എന്താണിതിന് കാരണം? എങ്ങനെയിത് തടയിടാം എന്നതിനെ കുറിച്ച് ചിന്തിക്കാം.

വടകര
01.01.2018

ബൊളീവിയൻ കാർട്ടൽ കേരളത്തിൽ

തെക്കേ അമേരിക്കയിലെ ബൊളീവിയയാണ് ലോകത്തിലെ കൊക്കേയിൻ ഉൽപാദകരിൽ ഒന്നാമൻ. അവിടെ നിന്ന് ഉൽപാദിപ്പിക്കുന്ന കൊക്കേയിൻ ലോകമെമ്പാടും വിതരണം ചെയ്യുന്ന ശൃംഖലയാണ് ബൊളീവിയൻ കാർട്ടൽ. കഴിഞ്ഞ കുറേ നാളുകളായി നെടുമ്പാശ്ശേരി വഴി ലഹരിമരുന്ന് കടത്തുന്ന ആഫ്രിക്കക്കാരെ പിടികൂടുകയുണ്ടായി. കൊക്കേയിൻ, ആംഫിറ്റമിൻ, ഹിറോയിൻ എന്നിവ അവരിൽ നിന്ന് പിടിച്ചെടുക്കുകയുണ്ടായി. കൊക്കേയിൻ ഇവിടെ വിൽപന നടത്തുക മാത്രമല്ല അവരുടെ ഉദ്ദേശം. ഇവിടെ നിന്ന് ഓൺലൈനാക്കി ലോകത്തിന്റെ എല്ലാ ഭാഗത്തും അവർ മയക്കുമരുന്ന് കടത്തുകയും ചെയ്യുന്നു. ബൊളീവിയൻ കാർട്ടൽ കൊച്ചിയെ ഒരു മയക്കുമരുന്ന് ഹബ്ബാക്കി മാറ്റിയിരിക്കുന്നു. കടത്ത് മരുന്നിന്റെ ഒരു ചെറിയ ശതമാനം മാത്രമേ പിടിക്കപ്പെടുന്നുള്ളു. പിടിക്കപ്പെടുന്ന അന്യദേശക്കാരനെ ചോദ്യം ചെയ്താൽ വലിയ പ്രയോജനമൊന്നും കാണില്ല. അവർ കുറേക്കാലം ജയിൽ വാസം അനുഭവിച്ച്, ശിക്ഷ കഴിഞ്ഞു നാട്ടിലേക്ക് മടങ്ങുന്നു. അവരുടെ കുടുംബങ്ങളെ മയക്കുമരുന്ന് കമ്പനി നോക്കിക്കൊള്ളും.

തുഛമായ വിലക്ക് കിട്ടുന്ന കൊക്കേയിൻ വലിയ വിലക്കാണ് ഉപഭോക്താക്കൾ വാങ്ങുന്നത്. ബൊളീവിയയിൽ സിട്രസ് (നാരങ്ങ), പഴങ്ങളും മറ്റും കൃഷി ചെയ്താൽ കൃഷിക്കാർക്ക് വലിയ ഗുണമൊന്നും കാണുകയില്ല. അതേസമയം കൊക്കേയിൻ കൃഷി വളരെ ലാഭകരമാണ്. ഭാരം കുറഞ്ഞതിനാൽ ട്രാൻസ്പോർട്ട് ചെയ്യാൻ എളുപ്പമാണ്. ഇതുകാരണം കൂടുതൽ ആളുകൾ ലഹരി കൃഷിയിലേക്ക് ഇറങ്ങുകയാണ്. മയക്കുമരുന്ന് കൃഷി, അതിന്റെ വിപണനം, കള്ളക്കടത്ത് എന്നിവ നിയന്ത്രിക്കുന്നത് ലഹരി രാജാക്കന്മാരാണ്. അവർക്ക് സ്വന്തമായി പട്ടാളവും പണവും ഉണ്ട്. ബൊളീവിയയുടെ രാഷ്ട്രീയം നിയന്ത്രിക്കുന്നത് ഈ ക്രിമിനൽ സംഘങ്ങളാണ്. ജയിലിലാക്കപ്പെടുന്ന അംഗങ്ങളെ ജാമ്യമെടുക്കാനും ഉന്നതങ്ങളിൽ സ്വാധീനം ചെലുത്താനും അവർക്ക് കഴിയുന്നു. അങ്ങനെയുള്ള ബൊളീവിയൻ കാർട്ടൽ കൊച്ചിയെ ഒരു ഹബ്ബായി തിരഞ്ഞെടുത്തു എന്നത് ആശങ്കയുണ്ടാക്കുന്ന കാര്യമാണ്.

മയക്കുമരുന്ന്
ഉത്തരേന്ത്യൻ ലോബി.

കുറച്ചുകാലം മുമ്പ് ഒരു പഴയകാല സിനിമാ നടി മമതാ കുൽക്കർണ്ണിയെ മയക്കുമരുന്നു കടത്തുമായി ബന്ധപ്പെട്ട് അറസ്റ്റ് ചെയ്യുകയുണ്ടായി. ഈ അവസരത്തിലാണ് മയക്കുമരുന്നിന്റെ ഉത്തരേന്ത്യൻ ലോബിയെക്കുറിച്ച് നാം അറിഞ്ഞു തുടങ്ങിയത്. നമ്മളുടെ നാട്ടിൽ തുച്ഛമായ വിലക്ക് നിർമ്മിക്കാനാവുന്ന എഫഡ്റിൻ എന്ന മരുന്നാണ് അവർ വിദേശത്തേക്ക് കടത്താൻ ശ്രമിച്ചത്. പണ്ടുകാലത്ത് നമ്മുടെ ക്ലിനിക്കുകളിൽ എഫഡ്റിൻ ഗുളികകൾ കിട്ടുമായിരുന്നു. ശ്വാസം മുട്ടലിന്റെ മരുന്നായിരുന്നു എഫഡ്റിൻ സിറപ്പുകൾ. നിസ്സാര വിലക്ക് വിറ്റിരുന്ന എഫഡ്റിന് നല്ല കാലം (അതോ ചീത്ത കാലമോ) വന്നു. ഇവിടെ ഒരു ചെറിയ ഫാക്റ്ററി തുടങ്ങി എഫഡ്റിൻ നിർമ്മിക്കുക. പിന്നെ അത് മറ്റേതെങ്കിലും മരുന്നിന്റെ കൂട്ടത്തിൽ കോംഗോയിലേക്ക് കടത്തുക, അവിടെ വെച്ച് അത് ആംഫിറ്റമിൻ ആക്കി മാറ്റുക. അങ്ങനെ ലോകമെമ്പാടും വിപണനം ചെയ്യുക. ഇതാണ് മയക്കുമരുന്ന് ലോബിയുടെ ലക്ഷ്യം.

അന്യസംസ്ഥാന തൊഴിലാളികളുടെ പങ്ക്:-

ബംഗാളിൽ നിന്ന് വരുന്ന തൊഴിലാളികൾ ഒരു നല്ല പങ്കും ലഹരി ഉപയോഗിക്കുന്നവരാണ്. അവർ രാവിലെ തന്നെ പാൻപരാഗ്, ഹൻസ് എന്നിവ വായിൽ വെക്കുന്നു. ബംഗ്ലാദേശിൽ നിന്ന് ഉല്പാദിപ്പിക്കുന്ന കഞ്ചാവും ഓപ്പിയവും കഞ്ചാവിൽ നിന്ന് ഉണ്ടാക്കുന്ന ഹഷീഷ് ഓയിലും കേരളത്തിൽ എത്തിക്കുന്നത് ഇവരാണ്. കിലോയ്ക്ക് 3000 രൂപയുള്ള കഞ്ചാവ് കേരളത്തിലെത്തിച്ചാൽ 50000 കിട്ടും. ഇത് ചെറിയ പൊതികളിലായി വിതരണം ചെയ്യാൻ ഏജന്റുമാരുണ്ട്.

എന്താണ് മയക്കുമരുന്ന് ?

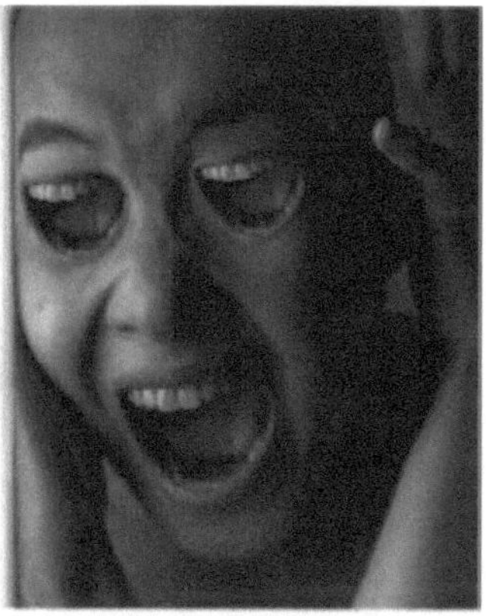

നമ്മുടെ തലച്ചോറിന്റെ രസതന്ത്രം മാറ്റിമറിക്കുന്ന, നമ്മുടെ തോന്നലുകളിലും അനുഭൂതികളിലും മാറ്റമുണ്ടാക്കുന്ന, ശരീരത്തിന്റെ പ്രവർത്തനം മാറ്റുന്ന ഏത് പദാർത്ഥത്തെയും മയക്കുമരുന്ന് എന്ന് വിളിക്കാം. മദ്യവും കഞ്ചാവും എന്നുവേണ്ട ചുമ മരുന്നും മൂക്കിൽ വലിക്കുന്ന പശയും എല്ലാം മയക്കുമരുന്നിൽ പെടുന്നു.

മയക്കുമരുന്ന് അഡിക്ഷൻ

ഒരാൾ മയക്കുമരുന്നിന് അടിമയാവുന്നതിന് മൂന്ന് സ്റ്റെപ്പുകൾ ഉണ്ട്.

1. (Tolerance) ഒരാൾ മരുന്ന് ഉപയോഗിച്ചു തുടങ്ങിയാൽ അതൊരു ശീലമാവുകയും ആദ്യം ഉപയോഗിച്ച അളവ് മതിയാകാതെ വരികയും ചെയ്യുന്നു. മൂഡ് കൂട്ടുവാൻ അളവ് കൂട്ടേണ്ടി വരുന്നു. രോഗി ഒരു പെഗ്ഗിൽ നിന്ന് ഹാഫ് ബോട്ടിലിലേക്ക് നീങ്ങുന്നു.

2. മാനസികമായ അടിമത്തം (Psychological dependance) ചില മരുന്നുകളായ കഞ്ചാവ്, മരിജുവാന, ആംഫിറ്റമിൻ എന്നിവ രോഗിയെ മാനസികമായ അടിമത്തത്തിലേക്ക് നയിക്കുന്നു. മരുന്ന് കിട്ടിയില്ലെങ്കിൽ മൂഡ്മാറുകയും ബാലൻസ് തെറ്റുകയും അസ്വസ്ഥനാവുകയും ചെയ്യുന്നു.

3. (withdrawl symptoms). സ്ഥിരമായി മദ്യപിക്കുന്ന ഒരാൾക്ക് മദ്യം കിട്ടിയില്ലെങ്കിൽ കൈവിറയൽ, ഛർദ്ദി, അസ്വാസ്ഥ്യം, അബോധാവസ്ഥ എന്നിവ ഉണ്ടാകുന്നു. ഇവ തടയണമെങ്കിൽ മദ്യം കഴിച്ചേ മതിയാവൂ. മദ്യം, ഹിറോയിൻ, കൊക്കേയിൻ, വാലിയം എന്നിവ ഇങ്ങനെയുള്ള പ്രശ്നങ്ങൾ ഉണ്ടാക്കും. ഇതിനെയാണ് ശാരീരികമായ അടിമത്തം (physical dependance) എന്ന് പറയുന്നത്.

4. Addiction മരുന്ന് കിട്ടിയില്ലെങ്കിൽ അവനു നിലനിൽക്കാൻ പറ്റാത്ത അവസ്ഥയാണ്. അവൻ എങ്ങനെയെങ്കിലും അത് സംഘടിപ്പിക്കാൻ ശ്രമിക്കുന്നു. മദ്യപാനി പണത്തിന് വേണ്ടി യാചിക്കുന്നു. കുറിപ്പടി മരുന്ന് കഴിച്ച് അഡിക്റ്റായ ആൾ മെഡിക്കൽ ഷാപ്പിൽ കയറി മരുന്ന് തട്ടിയെടുക്കാൻ ശ്രമിക്കുന്നു. മയക്കുമരുന്നിന് വേണ്ടി എന്തും ചെയ്യുന്ന അവസ്ഥ.

ലോകത്തിലെ പ്രധാന മയക്കുമരുന്നുകൾ

1. മദ്യം
2. കഞ്ചാവ്
3. ബാർബിച്ചുറേറ്റുകൾ (ഉറക്കഗുളിക)
4. ഡയാസെപ്പാം. (ഉൽകണ്ഠ കുറക്കുന്ന മരുന്നുകൾ).
5. കൊക്കേയിൻ
6. ഓപ്പിയം (കറുപ്പ്)
7. മെത്താ ക്വാലോൺ
8. ആംഫിറ്റമിൻ

മരണങ്ങൾ 2015ൽ:-

മദ്യം	-	1,37,500
ഓപ്പിയം	-	1,22,100
ആംഫിറ്റമിൻ	-	12,200
കൊക്കേയിൻ	-	11,000

DSM ക്ലാസിഫിക്കേഷൻ:-

1. മദ്യം
2. കഫീൻ
3. കഞ്ചാവ്
4. ഹല്ലൂസിനോജൻസ് (വിഭ്രാന്തിയുണ്ടാക്കുന്നവ).
5. ഇൻഹലന്റുകൾ (മൂക്കിൽ മണപ്പിക്കുന്നവ).
6. ഓപ്പിയം.
7. സെഡേറ്റീവുകൾ (മനസ്സിനെ ശാന്തമാക്കുന്നവ).
8. ഹിപ്നോട്ടിക്കുകൾ (നിദ്ര വരുത്തുന്നവ)
9. ആൻക്സിയോ ലൈറ്റിക്കുകൾ
10. സ്റ്റിമുലന്റുകൾ (ഉത്തേജക വസ്തുക്കൾ).
11. പുകയില.

ഡിപ്രസന്റുകൾ (തലച്ചോറിന്റെ പ്രവർത്തനം മരവിപ്പിക്കുന്നവ)

1. മദ്യം
2. ഉറക്ക ഗുളിക (Pheno barbiturates)
3. വാലിയം അഥവാ (Benzodiazepines)
4. കഞ്ചാവ്
5. കറുപ്പ് (ഓപ്പിയം).

ഉണർവ് കുറക്കുന്നു.
ചലന വൈകല്യം (Ataxia)
ഉൽകണ്ഠ കുറക്കുന്നു.
വേദന കുറക്കുന്നു.
മയക്കം ഉണ്ടാക്കുന്നു.
ഉറക്കം വരുത്തുന്നു.
കോഗ്നിഷ്യൻ തകരാറുകൾ (ബുദ്ധിപരമായ വ്യായാമങ്ങൾ തകരാറിലാവുന്നു).
സന്തോഷം.
ബി.പി. കുറയുന്നു.
ഹൃദയമിടിപ്പ് കുറയുന്നു.
ശ്വാസം പതുക്കെയാവുന്നു.
കോമ എന്ന അവസ്ഥയിലേക്ക് പോകാം,
മരണം.

ഡിപ്രസന്റുകൾ തലച്ചോറിലെ ഗാബാറിസപ്റ്ററുകളെ ഉത്തേജിപ്പി ക്കുന്നു. ഗ്ളൂട്ടമേറ്റ്, മാവോ റിസപ്റ്ററുകളെ നിർവീര്യമാക്കുന്നു.

ഡിപ്രസന്റുകൾ ഉപയോഗിക്കുന്നത് എന്തിനാണ് ?

1. ആകാംക്ഷ, ബേജാറ് (PANIC) തടയാൻ.
2. ഉറക്കമില്ലായ്മ തടയാൻ.
3. ശങ്കാരോഗം തടയാൻ.
4. അപസ്മാരം തടയാൻ.
5. വിഷാദം തടയാൻ.

ഉത്തേജക മരുന്നുകൾ (സ്റ്റിമുലന്റുകൾ)

1. ആംഫിറ്റമിൻ
2. കഫീൻ
3. എഫഡ്റിൻ
4. സ്യൂഡോഎഫ്ഡ്റിൻ
5. എം.ഡി.എം.എ.
6. എം.പി.പി.പി.
7. മെഫ്ഡ്റോൺ
8. മീതൈൽ ആംഫിറ്റമിൻ
9. മീതൈൽ ഫെനിഡേറ്റ്
10. നിക്കോട്ടിൻ
11. ഫിനോൾ പ്രൊപ്പനോൾ അമീൻ (PPA)
12. പ്രൊപൈൽ ഹെക്സഡ്രിൻ
13. ഖാട്ട് ഇലകൾ
14. കൊക്കേയിൻ

> ഉത്തേജക വസ്തുക്കൾ കരുത്ത് കൂട്ടുന്നു.
> പ്രവർത്തിയിൽ ശ്രദ്ധ കൂട്ടുന്നു.
> സുഹൃത്തുക്കളോട് അടുപ്പം ഉണ്ടാക്കുന്നു.
> ലൈംഗിക ശേഷി കൂട്ടുന്നു.
> മൂഡ് കൂട്ടുന്നു.
> ജോലിയിലുള്ള വൈദഗ്ദ്ധ്യം (performance) കൂട്ടുന്നു.

മരുന്ന് ഓവർഡോസായാൽ:-

ഭ്രാന്ത് (Psychosis)

പാരനോയിയ

ആത്മഹത്യാ പ്രവണത

അക്രമണം

ഹൃദയമിടിപ്പ് തകരാറിലാവുന്നു.

ബി.പി. കൂട്ടുന്നു.

മാംസപേശികൾ ക്ഷയിച്ചു പോകുന്നു.

മസ്തിഷ്ക്ക ആഘാതം.

ഹൃദ്രോഗം

ഷോക്ക്.

തുടർച്ചയായി ഉപയോഗിച്ചാൽ:-

മഞ്ഞപ്പിത്തം

എയ്ഡ്സ്

അണുബാധ

ശ്വാസകോശത്തിലെ അണുബാധ

കാൻസർ ലംഗ്

ഓട്ടോ ഇമ്യൂൺ രോഗങ്ങൾ

പാർക്കിൻസൻ രോഗം.

എന്തുകൊണ്ട് കൗമാരപ്രായക്കാരിൽ ലഹരി ആസക്തി കൂടുന്നു.

കൗമാരപ്രായം ഹോർമോൺ വ്യതിയാനങ്ങൾ ഉണ്ടാക്കുന്നു. ഇവരിൽ എടുത്ത് ചാട്ടം (impulsivity) കാണുന്നു. ഓരോ കാര്യം ചെയ്യുമ്പോഴും ചിന്തിച്ചുറപ്പിക്കാതെ അതിന്റെ പ്രത്യാഘാതങ്ങൾ മനസ്സിലാക്കാതെ എടുത്ത് ചാടുന്നു. ഈ സമയത്ത് രക്ഷിതാക്കളെ ധിക്കരിക്കുന്ന പ്രവണത കാണാം. (ഈ അവസരത്തിൽ സിറട്ടോണിൻ കുറവാണെന്ന് കാണാം). തലച്ചോറിന്റെ രണ്ടു പ്രധാന ഭാഗങ്ങളാണ്.

പ്രീഫ്രോണ്ടൽ കോർട്ടക്സ് — നമ്മെ പക്വമതിയാക്കുന്നു.

ന്യൂക്ലിയസ് അക്യുംബൻസ് — നമ്മെ റിസ്ക്കിലേക്ക് എടുത്തു ചാടാൻ പ്രേരിപ്പിക്കുന്നു.

കൗമാരപ്രായത്തിൽ ന്യൂക്ലിയസ് അക്യൂംബൻസ് വളരെ സജീവമായിരിക്കും. ഇത് കാരണമാണ് എടുത്ത് ചാട്ടം, ധിക്കാരം എന്നീ സ്വഭാവങ്ങൾ അധികമാവുന്നത്.

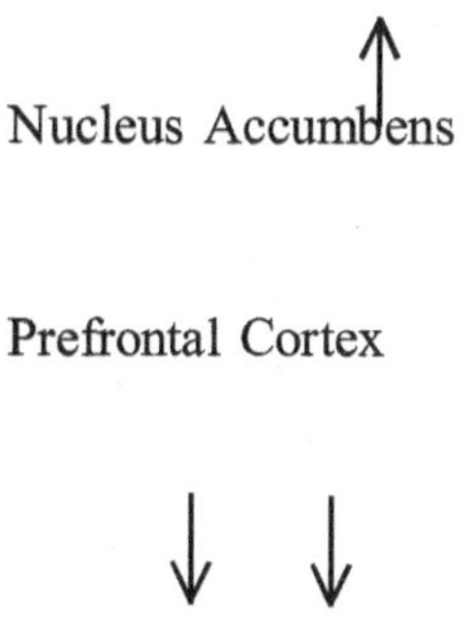

കടപ്പാട്: ഡേവിഡ് ജെ.ബുക്കി, പ്രൊഫസർ ഡാർട്ട് മൗത്ത് കോളജ്, യു.എസ്.

വിവിധ തരത്തിലുള്ള മയക്കുമരുന്നുകൾ

മദ്യം:- ലഹരി മരുന്നിൽ ഒന്നാമൻ.

പുകയില:- മനുഷ്യനെ പുകച്ച് കൊല്ലുന്നു.

മരിജുവാന, കഞ്ചാവ്:- അനുഭൂതി തേടിയുള്ള യാത്ര.

ആംഫിറ്റമിൻ:- ഉത്തേജക മരുന്ന്.

കൊക്കേയിൻ:- ലഹരി മരുന്നിന്റെ രാജാവ്.

ക്ലബ്ബ് മരുന്നുകൾ:- യുവാക്കളുടെ സ്വന്തം.

കുത്തിവെപ്പ് മരുന്നുകൾ:- മരണത്തിലേക്കുള്ള പാത.

മൂക്കിൽ വലിക്കുന്ന മരുന്നുകൾ:- പെൺകുട്ടികളുടെ സ്വന്തം.

കുറിപ്പടി മരുന്നുകൾ, OTC മരുന്നുകൾ:-സ്കൂൾ കുട്ടികളുടെ ലഹരി.

ഹല്ലൂസിനോജൻസ്:- കലാകാരന്മാരുടെ സ്വന്തം.

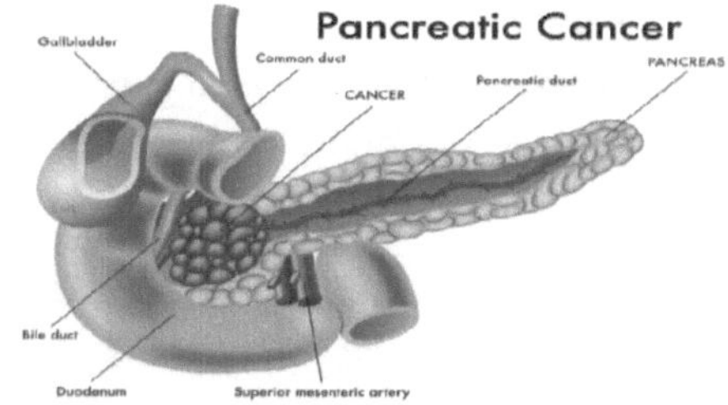

പാൻക്രിയാസ് കാൻസർ

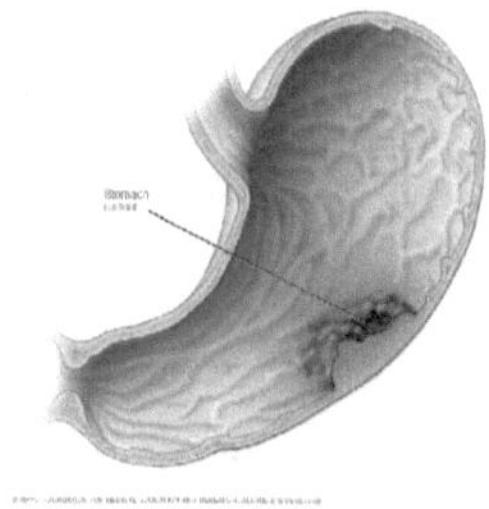

ആമാശയ കാൻസർ

മദ്യം

വെള്ളവും ചായയും കഴിഞ്ഞാൽ ലോകത്ത് ഏറ്റവും അധികം ഉപയോഗിക്കുന്ന പാനീയമാണ് മദ്യം. ലഹരി വസ്തുക്കളിൽ ഏറ്റവും അധികം ഉപയോഗിക്കപ്പെടുന്നതും മദ്യം തന്നെ. ലോക ജനസംഖ്യയിൽ 5 ശതമാനം മദ്യപാനികളാണ്. അമേരിക്കയിൽ 7% പേർ മദ്യം ഉപയോഗിക്കുന്നവരാണ്. കേരളീയരിൽ 10% പേർ മദ്യപാനികളാണെന്ന് കരുതപ്പെടുന്നു. ലോകത്ത് ഓരോ വർഷവും 139000 പേർ മദ്യം മൂലം മൃതിയടയുന്നുണ്ട്. അമേരിക്കയിൽ മദ്യമാണ് മൂന്നാമത്തെ മരണകാരണം.

കേരളീയർ മദ്യത്തിന്റെ അടിമകൾ?

കേരളീയർ മദ്യത്തിന്റെ അടിമകൾ ആയിത്തീരുകയാണ്. ബീവറേജ് കോർപ്പറേഷന്റെ മുന്നിലുള്ള ക്യൂ കണ്ടാൽ ആർക്കും ഇക്കാര്യം ബോധ്യമാവും. മദ്യം നമ്മുടെ ജീവിതത്തിന്റെ ഭാഗമാവുകയാണ്. മദ്യപാനം ചെറിയ പ്രായത്തിലേ തുടങ്ങുന്നു. കൂലി പണിക്കാർ ജോലി ചെയ്യണമെങ്കിൽ മദ്യം കൊടുക്കണം. കല്യാണ വീടുകളിൽ മദ്യം യഥേഷ്ടം കിട്ടുന്ന അവസ്ഥയാണിന്ന്. വടക്കേ മലബാറിൽ കുട്ടിച്ചാത്തന്റെ അമ്പലങ്ങളിൽ മദ്യസേവ നടക്കുന്നുണ്ട്. മദ്യം പൂജിക്കാൻ കൊടുക്കുന്നു. അങ്ങനെ പൂജിച്ച മദ്യം ചിരട്ടയിലാക്കി കഴിക്കുന്നു. തെക്കൻ കേരളത്തിൽ കുടുംബങ്ങളിൽ തീൻമേശയിൽ മദ്യം വിളമ്പുന്ന പതിവുണ്ട്.

ഒരു മദ്യപാനി ജനിക്കുന്നു:-

ചെറിയ അളവിൽ ഒരു രസത്തിന് വേണ്ടി മദ്യം രുചിച്ചു നോക്കുന്ന കുട്ടി അതിന്റെ അടിമയാവുന്നു. മദ്യം അവന് സന്തോഷം തരുന്നു. (Euphoria).

മദ്യം തരുന്ന സുഖം അവൻ മറക്കുന്നില്ല. മദ്യം മറ്റെല്ലാ ലഹരി പദാർത്ഥങ്ങളെയും പോലെ തലച്ചോറിന്റെ റിവാർഡ് സെന്ററിനെ ഉത്തേജിപ്പിക്കുന്നു. അങ്ങനെ തലച്ചോറിൽ ഡോപ്പമിൻ റിലീസ് ചെയ്യുന്നു. ഈ ഡോപ്പമിൻ ആണ് സന്തോഷം തരുന്നത്. ഡോപ്പമിൻ പഠനപ്രക്രിയയിൽ സഹായിക്കുന്ന വസ്തുവാണ്. മയക്കുമരുന്നിനെകുറിച്ചുള്ള സന്തോഷകരമായ ഓർമ്മകൾ പ്രീഫ്രോണ്ടൽ കോർട്ടക്സിൽ ശേഖരിച്ചു വെക്കുന്നു. ഈ ഓർമ്മകൾ തുടക്കക്കാരനായ കുട്ടിയെ പിന്നെയും മദ്യപിക്കാൻ പ്രേരിപ്പിക്കുന്നു. അവൻ കുടി തുടരുന്നു. ആദ്യം ചെറിയ അളവിൽ തുടങ്ങിയ കുടി അളവ് കൂട്ടേണ്ടി വരുന്നു. (Tolerance എന്ന അവസ്ഥ ഉണ്ടാവുന്നു). അവൻ മദ്യം പതിവാക്കുന്നു. മദ്യപാനം ഒരു ദിവസം മുടങ്ങിയാൽ പ്രശ്നമായി. അവന് വിറയൽ അനുഭവപ്പെടുന്നു. വിറയൽ, ഛർദ്ദി, ബേജാറ് തുടങ്ങിയ അവസ്ഥ (withdrawl syndromes). മദ്യം നിർത്തിയാലുള്ള ഈ അസുഖങ്ങൾ അവനെ അലട്ടുന്നു. ഇതിൽ നിന്ന് രക്ഷപ്പെടാനുള്ള ഏക വഴി ഒരു പെഗ്ഗ് കഴിക്കലാണെന്ന് അവൻ മനസ്സിലാക്കുന്നു. അങ്ങനെ ഒരു ചെറുപ്പക്കാരൻ ഡ്രഗ് അഡിക്റ്റാവുന്നു.

ഈ ചെറുപ്പക്കാരൻ വിശേഷ ദിവസങ്ങളിൽ സുഹൃത്തുക്കളുമായി ഒത്ത് ചേർന്ന് മദ്യപാനം ആഘോഷമാക്കുന്നു. ലിമിറ്റില്ലാതെ കഴിച്ച് ലക്കില്ലാതെയാവുന്നു. (Binge drinking) ഈ അവസ്ഥ അപകടം വരുത്തുന്നു. വാഹനാപകടം, അക്രമം തുടങ്ങിയ അനിഷ്ട സംഭവങ്ങളിലേക്ക് നീളുന്നു.

പാരമ്പര്യവും മദ്യപാനവും:-

അച്ഛൻ മദ്യപാനിയാണെങ്കിൽ മകൻ മദ്യപാനിയാകാൻ സാദ്ധ്യത ഏറെയുണ്ട്. മദ്യപിക്കാനുള്ള ത്വര ജീനുകളിലൂടെ തലമുറകളിലേക്ക് വ്യാപിക്കുന്നുണ്ട്.

മദ്യം രക്തത്തിലെത്തുമ്പോൾ

ചെറിയ അളവിൽ 0.03 - 0.12 മില്ലി - (100 മില്ലി രക്തത്തിൽ) മൂഡ് കൂട്ടുന്നു. സന്തോഷം ഉണ്ടാവുന്നു.

0.9 – 0.25 മില്ലി	-	ക്ഷീണം, നിദ്രവരുന്നു, ബാലൻസ് നഷ്ടപ്പെടുന്നു.
0.18 – 0.30 മില്ലി	-	കൺഫ്യൂഷൻ, ഇഴയുന്ന സംസാരം.
0.2 – 0.4 മില്ലി	-	ബോധം നഷ്ടപ്പെടുന്നു.
0.3 – 0.8 മില്ലി	-	കോമ എന്ന അവസ്ഥ.

മദ്യം സ്ഥിരമായി ഉപയോഗിക്കുമ്പോൾ ശരീരത്തിന്റെ എല്ലാ ഭാഗത്തിനും തകരാറ് വരുന്നു.

ഹൃദ്രോഗം.

ബി.പി. കൂടുന്നു.

ഹൃദയമിടിപ്പ് തകരാറിലാവുന്നു.

പക്ഷാഘാതം വരാം.

കുടിച്ചു മത്താവുമ്പോൾ അക്രമസ്വഭാവങ്ങൾ ഉണ്ടാവുന്നു.

വാഹനാപകടം വരാം.

അവയവ തകരാറുകൾ

സിറോസിസ്

പാൻക്രിയാസിലെ നീർവീക്കം

അപസ്മാരം

ന്യൂറോപ്പതി.

മസ്തിഷ്ക്ക ശോഷണം (Dementia)

വിറ്റമിൻ കുറവുകൾ

കുടൽ പുണ്ണ്.

ലൈംഗിക തകരാറുകൾ

കാൻസർ ലിവറിൽ, അന്നനാളത്തിൽ, ആമാശയത്തിൽ, മൂത്രസഞ്ചിയിൽ.

ദഹന തകരാറുകൾ.

പ്രതിരോധശേഷി കുറയുന്നു.

എല്ലുകൾക്ക് ബലം കുറയുന്നു, പൊട്ടുന്നു.

മദ്യപാനം സ്ത്രീകളിൽ

കേരളത്തിൽ സ്ത്രീകളും മദ്യപിക്കുന്നുണ്ട്. പക്ഷേ യൂറോപ്യൻ രാജ്യങ്ങളിൽ കാണുന്ന പോലെ അത്ര പരസ്യമായി ചെയ്യുന്നില്ല. ആദിവാസി കോളണിയിൽ സ്ത്രീ മദ്യപാനം ഒരു സ്ഥിരമായ കാഴ്ചയാണ്. മദ്യപാനം സ്ത്രീകൾക്ക് കൂടുതൽ തകരാറ് വരുത്തുന്നു. അതിന് കാരണം

1. സ്ത്രീ ശരീരത്തിൽ കൊഴുപ്പ് അധികമാണ്.
2. സ്ത്രീകളിൽ മദ്യം വിഷമുക്തമാക്കുന്ന പ്രക്രിയ പതുക്കെയാണ്.

അതിനാൽ മദ്യം ശരീരത്തിൽ കുറേയധികം സമയം പ്രവർത്തിക്കുന്നു.

മദ്യം തലച്ചോറിൽ എന്താണ് ചെയ്യുന്നത് ?

തലച്ചോറിന്റെ ഇൻഫർമേഷൻ ടെക്നോളജിയെ കോഗ്നീഷൻ എന്ന് വിളിക്കുന്നു. തലച്ചോറിൽ കോഗ്നീഷൻ തകരാറുകൾ ഉണ്ടാവുന്നു. ഡിമൻഷ്യ അഥവാ മസ്തിഷ്ക്കശോഷണം നടക്കുന്നു. ഡിമൻഷ്യയുണ്ടാക്കുന്ന പ്രധാന വസ്തു മദ്യമാണ്. സമൂഹത്തിലെ ഡിമൻഷ്യയുടെ നാലിൽ ഒന്ന് കാരണം മദ്യം തന്നെയാണ്. തലച്ചോറിലെ പ്രീഫ്രോണ്ടൽ കോർട്ടക്സ് തകരാറിലാവുന്നു. വർഷങ്ങളായി നാം വളർത്തിയെടുത്ത നിപുണതകൾ (social skills) നഷ്ടപ്പെടുന്നു.

മദ്യപാനികളിൽ 25 ശതമാനം പേർക്ക് മാനസിക പ്രശ്നങ്ങൾ ഉണ്ടാവുന്നു. ബേജാറ് (panic) വിഷാദരോഗം എന്നിവ.

മദ്യം സമൂഹത്തിൽ എന്തൊക്കെ പ്രശ്നങ്ങൾ ഉണ്ടാക്കുന്നു?

ഓരോ ദിവസവും പത്രമെടുത്ത് നോക്കിയാൽ കുറ്റകൃത്യങ്ങളുടെ പരമ്പര കാണാം. ഇതിന് പ്രധാന കാരണം മദ്യം തന്നെ.

കുട്ടികളെ പീഡിപ്പിക്കൽ

ബലാൽസംഗം

കൊലപാതകം

സ്ത്രീപീഡനം

കുടുംബവഴക്കുകൾ

ആത്മഹത്യകൾ

മദ്യപാനി തൊഴിലിൽ ആത്മാർത്ഥത കാട്ടുന്നില്ല.

പലപ്പോഴും തൊഴിൽ നഷ്ടപ്പെടുന്നു

മദ്യപാനികളുടെ കുട്ടികളിൽ അപകർഷതാബോധവും നിരാശയും ഉണ്ടാവുന്നു.

വിവാഹ മോചനം പെരുകുന്നു. കുടുംബ ബന്ധം തകരുന്നു.

മദ്യം ഒരു ഉത്തേജക വസ്തുവാണോ?

അല്ല.എന്നതാണ് ഉത്തരം. നമ്മുടെ ശരീരത്തിലെ നാഡീവ്യൂഹങ്ങൾ രണ്ടു തരത്തിലുണ്ട്.

ഉത്തേജനം ചെയ്യുന്നവ (excitatory). ഉദാ: ഗ്ളൂട്ടമേറ്റ് സിസ്റ്റം.

പ്രവർത്തനം മരവിപ്പിക്കുന്നവ (Inhibitory). ഉദാ: ഗാബാ സിസ്റ്റം.

മദ്യം ഗാബാന്യൂറോണുകളെ സ്വാധീനിച്ച് തലച്ചോറിന്റെ പ്രവർത്തനം മരവിപ്പിക്കുന്നു. മദ്യം ഗ്ളൂട്ടമേറ്റ് ന്യൂറോണുകളെ മരവിപ്പിച്ച് തലച്ചോറിന്റെ പ്രവർത്തനം മന്ദീഭവിപ്പിക്കുന്നു. ഡോപ്പമിൻ, സിറട്ടോണിൻ എന്നീ വസ്തുക്കൾ റിലീസ് ചെയ്യുന്നു. മദ്യം ഡയാസപ്പാം പോലെ പ്രവർത്തിക്കുന്നു. അങ്ങനെ മൂഡ് കൂട്ടുന്നു. ചിന്തിക്കാനുള്ള സംവിധാനം പതുക്കെയാക്കുന്നു. സംസാരം കുറയുന്നു. ചലനങ്ങൾ കുറക്കുന്നു. ശാന്തത കൈവരുത്തുന്നു.

(ഗാബാന്യൂറോണുകളെ ഉത്തേജിപ്പിക്കുക വഴി ഡയാസപ്പാം ചെയ്യുന്നതും ഇത് തന്നെ.)

തലച്ചോറിലെ ഇൻഹിബിഷൻ കുറയുമ്പോൾ

സന്തോഷം ഉണ്ടാവുന്നു. ചിരിക്കുന്നു.

നിയന്ത്രണങ്ങൾ ഇല്ലാതാവുന്നു.

പ്രതികരണങ്ങൾ കുറയുന്നു.

ചലനങ്ങൾ പതുക്കെയാവുന്നു.

മദ്യപാനം പെട്ടെന്ന് നിർത്തിയാൽ

ഗാബാ ന്യൂറോണുകളുടെ പ്രവർത്തനം കുറയുന്നു.

ഗ്ലൂട്ടമേറ്റ് സിസ്റ്റം ഉത്തേജിക്കപ്പെടുന്നു. (Rapid Firing).

ആ സമയത്ത് ഉൽകണ്ഠ, അപസ്മാരം, വിറയൽ, തോന്നലുകൾ (Hallucinations) എന്നിവ ഉണ്ടാകുന്നു. ഇവ ഒരാഴ്ച മുതൽ 3 ആഴ്ച വരെ നിൽക്കുന്നു.

മൂന്ന് ആഴ്ചക്ക് ശേഷം ഉൽകണ്ഠ, വിഷാദം എന്നിവ രണ്ട് വർഷങ്ങളോളം നിലനിൽക്കുന്നു.

മദ്യവും ദൂഷ്യഫലങ്ങളും

മദ്യത്തിന്റെ ദൂഷ്യഫലങ്ങൾ എല്ലാവരിലും ഒരേ പേരിലല്ല കാണുന്നത്. മദ്യത്തിനെ നിർവീര്യമാക്കുന്ന എൻസൈം ചില ആളുകളിൽ പവർ കുറഞ്ഞിരിക്കും. ചിലരിൽ പവർ കൂടിയിരിക്കും. പവർ കുറഞ്ഞ ആളുകളിൽ ദൂഷ്യ ഫലങ്ങൾ നേരത്തെ കാണുന്നു. ജനിതകമായ കാരണങ്ങളാൽ ഈ എൻസൈം പ്രവർത്തനം കുറയാൻ സാദ്ധ്യതയുണ്ട്.

മദ്യപാനം കുട്ടികളിൽ

നേരത്തെ മദ്യപാനം തുടങ്ങുന്നവർ അഡിക്ടാവുന്നു. ഇവരിൽ മദ്യത്തിന്റെ ദൂഷ്യഫലങ്ങളും ജാസ്തിയായിരിക്കും. വീട്ടിൽ പ്രശ്നമുള്ളവർ, ഒറ്റപ്പെട്ടവർ എന്നിവരിൽ അഡിക്ഷൻ സാദ്ധ്യത അധികമാണ്.

മദ്യപാനം എങ്ങനെ തടയാം ?

കുട്ടികൾക്ക് വിൽക്കുന്നത് തടയുക.

മദ്യത്തിന്റെ പരസ്യങ്ങൾക്ക് നിയന്ത്രണം ഏർപ്പെടുത്തുക.

മദ്യത്തിന്റെ ദൂഷ്യഫലങ്ങളെ കുറിച്ച് ജനങ്ങളെ ബോധവല്ക്കരിക്കുക.

മദ്യനിരോധനം. നമ്മളെ സംബന്ധിച്ചിടത്തോളം മദ്യം നമ്മുടെ ജീവിത ത്തിന്റെ ഭാഗമായിരിക്കയാണ്. പെട്ടെന്ന് മദ്യം നിരോധിച്ചാൽ ആളുകൾ മറ്റു ലഹരിയിലേക്ക് തിരിയും. അതുമല്ലെങ്കിൽ വ്യാജമദ്യത്തിലേക്ക് മടങ്ങും. അതിനാൽ ബോധവല്ക്കരണമാണ് പ്രധാനം.

ചികിത്സ

മദ്യം പെട്ടെന്ന് നിർത്തുക.

ഇങ്ങനെ നിർത്തുമ്പോഴുള്ള ശാരീരിക തകരാറുകൾ പരിഹരിക്കണം (withdrawl symptoms) രോഗിയുടെ ശരീരത്തെ വിഷവിമുക്തമാക്കേണ്ടതുണ്ട് (Detoxification). മദ്യം ഗാബാറിസപ്റ്ററുകളെ ഉത്തേജിപ്പിക്കുന്ന കാര്യം നാം പഠിച്ചു കഴിഞ്ഞു. ഗാബാറിസപ്റ്ററുകളെ ഉത്തേജിപ്പിക്കുന്ന മരുന്നാണ് ഡയാസെപ്പാം. അതിനാൽ മദ്യപാനികളിൽ ഈ മരുന്ന് കൊടുത്ത് വിഷ വിമുക്തമാക്കുന്നു, ശാന്തമാക്കുന്നു. ആൽക്കഹോൾ കൊണ്ടുള്ള വിഷാദരോഗത്തിനും ഈ മരുന്ന് പ്രയോജനപ്പെടും. ഈ ചികിത്സ മാസങ്ങളോളം തുടരണം.

സൈക്കോതെറാപ്പി

ഇത്തരം രോഗികളെ കൗൺസലിംഗിന് വിധേയമാക്കുന്നു. ഗ്രൂപ്പ് തെറാപ്പി ഗുണം ചെയ്യും. ആൽക്കഹോളിക് അനോനിമസ് പോലുള്ള സംഘടനയുമായി ചേർന്ന് മയക്കുമരുന്നിന്റെ നീരാളി പിടുത്തത്തിൽ നിന്ന് മോചി പ്പിക്കുന്നു.

ലഹരിമരുന്ന് ചികിത്സയിൽ രണ്ടു പ്രോഗ്രാമുകളുണ്ട്:-

1. മരുന്ന് (ആൽകഹോൾ) തീർത്തും ഒഴിവാക്കുക.

2. ചെറിയ അളവിൽ അപകടം കുറഞ്ഞ മദ്യപാനം തുടരുക. മദ്യപാനത്തിൽ നിന്ന് പിന്തിരിഞ്ഞ ആളുകളുമായി ചേർന്ന് പ്രവർത്തിക്കുമ്പോൾ മദ്യപാനി മദ്യം ഉപേക്ഷിക്കാൻ തയ്യാറാവുന്നു. അതേപോലെ മദ്യപാനം തിരിച്ചു വരുന്നത് തടയുന്നു.

മരുന്നുകൾ:-

ഡയാസെപ്പാം: ഇത് മാസങ്ങളോളം തുടരേണ്ടി വരുന്നു. മദ്യം നിർത്തുമ്പോൾ രോഗിയുടെ ശരീരത്തിൽ ഉത്തേജകവസ്തുവായ ഗ്ളൂട്ടമേറ്റ് നിറയുന്നു. ഇതിനെ തടയാൻ അകോംപോസേറ്റ് ഉപയോഗിക്കുന്നു. മദ്യം നിർവീര്യമാക്കുന്ന പ്രക്രിയയിൽ ഉണ്ടാവുന്ന ബൈപ്രൊഡക്ടാണ് അസറ്റാൽ ഡി ഹൈഡ്. ഇത് അസ്വാസ്ഥ്യം ഉണ്ടാക്കുന്ന വസ്തുവാണ്. ശരീരം ഇതിനെ വിഘടിപ്പിച്ച് നശിപ്പിക്കും. ഈ പ്രവർത്തനം തടയുന്ന വസ്തുവാണ് **ഡൈസൾഫിരാം**. മദ്യപാനിക്ക് ഡൈസൾഫിരാം കൊടുത്താൽ അവൻ മദ്യം ഉപയോഗിച്ചാൽ അസറ്റാൽ ഡിഹൈഡ് രക്തത്തിൽ കൂടും. തികച്ചും അസ്വാസ്ഥ്യകരമായ ഒരവസ്ഥയായിരിക്കും അത്. അവൻ മദ്യത്തെ വെറുക്കും.

മദ്യപിക്കുമ്പോൾ എന്റോർഫീൻ, ഓപ്പിയോയിഡ്സ് എന്നീ വസ്തുക്കൾ ശരീരത്തിൽ ഉണ്ടാവും. ഇവയാണ് സന്തോഷം വരുത്തുന്നത്. **നാൽട്രിക്സാൺ** എന്ന മരുന്ന് ഇവയെ ബ്ലോക്ക് ചെയ്യുന്നു. ചുരുക്കത്തിൽ മദ്യപാനിയുടെ സന്തോഷം നഷ്ടപ്പെടുന്നു.

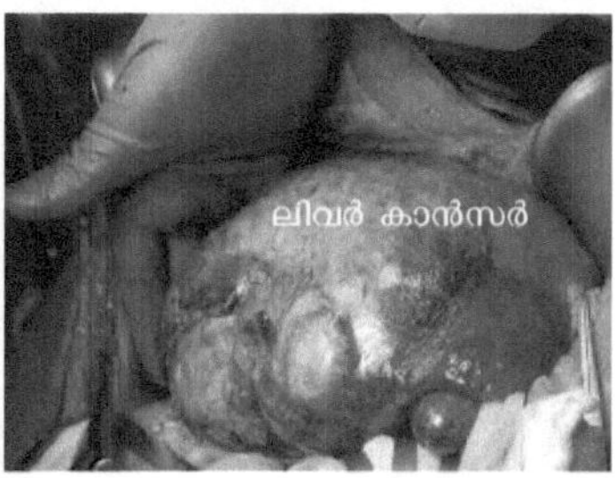

പുകയില

പുകയിലയുടെ കെടുതികളെ കുറിച്ച് നാം എല്ലാർക്കും അറിയാം. പണ്ടുകാലത്ത് പ്രായമുള്ളവരിൽ വെത്തില മുറുക്ക് വ്യാപകമായിരുന്നു. സ്ത്രീകൾ പുകയില വായിൽ വച്ച് പല്ലുവേദനക്ക് ശമനം വരുത്തിയിരുന്നു. പഴയ കാലത്തെ സിനിമകളിൽ മുറുക്കി തുപ്പുന്ന കാരണവരെ കാണാം. ക്രമേണ വെത്തില മുറുക്ക് മാറി പുകവലി വന്നു. ജാഫ്നയിലും ഇന്തോനേഷ്യയിലും ജോലി ചെയ്തിരുന്ന ആളുകൾ ചുരുട്ട് ഇന്ത്യയിൽ അവതരിപ്പിച്ചു. സായിപ്പ് പൈപ്പുമായി നമ്മുടെ നാട്ടിൽ വന്നു. പിന്നീട് ബീഡിയുടെ കാലമായിരുന്നു. മാംഗലൂർ ഗണേശ് ബീഡി നാട് ഭരിച്ചു. ക്രമേണ ഗണേശ് ബീഡി പിൻ വാങ്ങി ദിനേശ് ബീഡി വന്നു. ബീഡി സാധാരണക്കാരന്റെ ലഹരി വസ്തുവായിരുന്നു. അതോടൊപ്പം സിഗററ്റും മാർക്കറ്റിൽ എത്തി. സിഗററ്റിന്റെ പ്രചാരകന്മാരായി സിനിമാതാരങ്ങൾ അണിനിരന്നു പുകവലിക്കെതിരെ ശക്തമായ പ്രചരണം വന്നപ്പോൾ പുകയില മറ്റു രൂപങ്ങളിൽ മാർക്കറ്റിൽ വന്നു. ഹൻസ്, പാൻപരാഗ്, മധു എന്നിവ. ഇത്തരം ഉല്പന്നങ്ങളുടെ വിപണനം നിരോധിച്ചുവെങ്കിലും മറ്റു സംസ്ഥാനങ്ങളിൽ നിന്ന് റെയിൽ മാർഗ്ഗമായോ റോഡ് മാർഗ്ഗമായോ എത്തുന്നു. അതിനാൽ നമ്മുടെ കുട്ടികൾക്ക് അത് സുലഭമായി കിട്ടും.

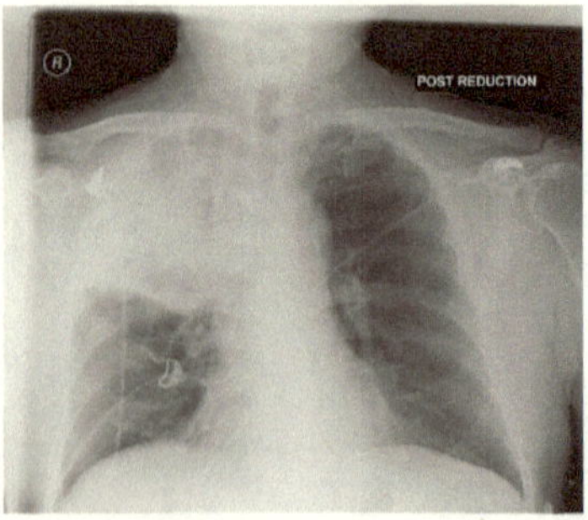

ശ്വാസകോശ കാൻസർ

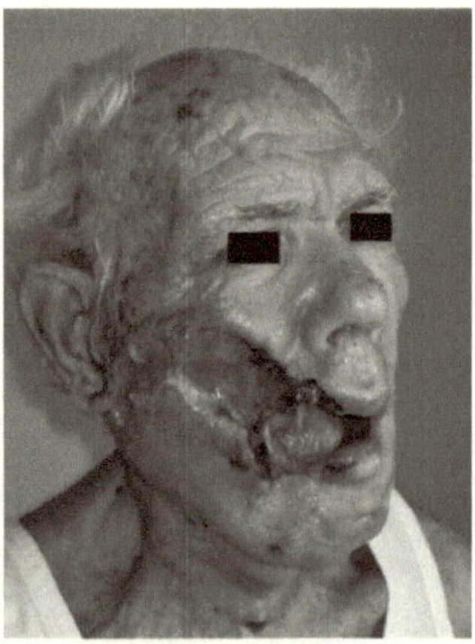

വായിലെ കാൻസർ

ഗാംഗ്രീൻ
(കാലിൽ രക്തഓട്ടം നിലച്ചുപോകുന്ന അവസ്ഥ)

പുകയില 2 (നിക്കോട്ടിൻ)

പുകയിലയിൽ നിക്കോട്ടിൻ എന്ന രാസവസ്തു ഉണ്ട്. അതേ പോലെ മറ്റു അപകടകരമായ വസ്തുക്കളും അതിൽ ഉണ്ട്, പുകയില ഉപയോഗിക്കുമ്പോൾ നിക്കോട്ടിൻ രക്തത്തിൽ പ്രവേശിക്കുകയും അത് അഡ്രിനൽ ഗ്രന്ഥികളെ ഉത്തേജിപ്പിച്ച് അഡ്റിനാലിൻ ഉണ്ടാക്കുകയും ചെയ്യുന്നു. അഡ്റിനാലിൻ തലച്ചോറിനെ ഉണർത്തുന്നു. ബിപി, ശ്വാസഗതി, ഹൃദയമിടിപ്പ് എന്നിവ കൂടുന്നു.

നിക്കോട്ടിൻ ഡോപ്പമിൻ കൂട്ടുന്നു. പുകയില കത്തിക്കുമ്പോൾ അസറ്റാൽ ഡിഹൈഡ് ഉണ്ടാക്കുകയും അത് നിക്കോട്ടിന്റെ പ്രവർത്തനം ത്വരിതഗതിയിലാക്കുകയും ചെയ്യുന്നു. നിക്കോട്ടിൻ അഡിക്ഷൻ ഉണ്ടാക്കുന്നു. ശ്വാസകോശ കാൻസറും ശ്വാസകോശത്തിൽ നീർവീക്കവും എംഫൈസിമയും ഉണ്ടാക്കുന്നു. നിക്കോട്ടിൻ ഹൃദ്രോഗത്തിലേക്ക് നയിക്കുന്നു. പക്ഷാഘാതം ഉണ്ടാക്കുന്നു. ലുക്കീമിയ, തിമിരം, ന്യൂമോണിയ എന്നിവക്ക് കാരണമാകുന്നു. വായിൽ കാൻസർ വരുന്നു. ഗർഭിണികൾ പുകവലിച്ചാൽ അബോർഷ്യൻ ഉണ്ടായേക്കാം. ഗർഭസ്ഥ ശിശുവിന്റെ ഭാരം കുറയാം. ഈ കുഞ്ഞുങ്ങൾക്ക് പഠനവൈകല്യങ്ങളും സ്വഭാവ വൈകല്യങ്ങളും ഉണ്ടാകാം. പാസ്സീവ് സ്മോക്കിംഗും അപകടം വരുത്തും, കുഞ്ഞുങ്ങളിൽ ആസ്തമയും ബ്രോങ്കൈറ്റിസും ഉണ്ടാകാം.

പെട്ടെന്ന് പുകവലി നിർത്തിയാൽ അസ്വാസ്ഥ്യം, നിദ്ര ഇല്ലാതാകുക, വിശപ്പ് കൂടുക, പുകയിലയോട് ആർത്തി എന്നിവ ഉണ്ടാകും.

ചികിത്സ

കൗൺസലിംഗ്

നിക്കോട്ടിൻ അടങ്ങിയ ച്യൂയിംങ്ഗം കൊടുത്ത് Replacement therapy നടത്താം.

ഓവർഡോസ്

കുട്ടികളിൽ ശ്വാസതടസ്സം, ഛർദ്ദി, തല കറക്കം, തലവേദന, നെഞ്ചിടിപ്പ് എന്നിവ ഉണ്ടാകുന്നു.

ആംഫിറ്റമിൻ
പഴയ കാലത്തെ ഡെക്സഡ്റിൻ

മൂന്നു പതിറ്റാണ്ടുകൾക്ക് മുമ്പ് ആന്റി സ്ലീപിംഗ് പിൽ എന്ന പേരിൽ ഡെക്സഡ്റിൻ മാർക്കറ്റിൽ കിട്ടുമായിരുന്നു. പരീക്ഷാ തലേന്ന് ഉറക്കമിളച്ച് പഠിക്കാൻ ഇവ ഉപയോഗിച്ചിരുന്നു. ഇത് തലച്ചോറിനെ ഉത്തേജിപ്പിക്കുന്ന ഒരു മരുന്നാണ് (Stimulant). പരീക്ഷാ തലേന്ന് ഒരു വിദ്യാർത്ഥി മരുന്നടിച്ചത് ഇപ്പോഴും ഓർക്കുന്നു. ഡെക്സഡ്റിൻ നല്ല ഓർമ്മശക്തിയുണ്ടാക്കുമെന്ന് കരുതുന്നു. ഒരു രാത്രി മുഴുവൻ ഉറക്കമിളച്ച് പഠിച്ച വിദ്യാർത്ഥിയുടെ കാലുകൾ നിലത്തുറയ്ക്കുന്നില്ലായിരുന്നു. വളരെ കഷ്ടപ്പെട്ടാണ് അയാളെ പരീക്ഷാ ഹാളിൽ എത്തിച്ചത്. വികൃതി കുട്ടികളെ ശാന്തരാക്കാനും (ADHD) ആംഫിറ്റമിൻ ഉപയോഗിച്ച് വരുന്നു.

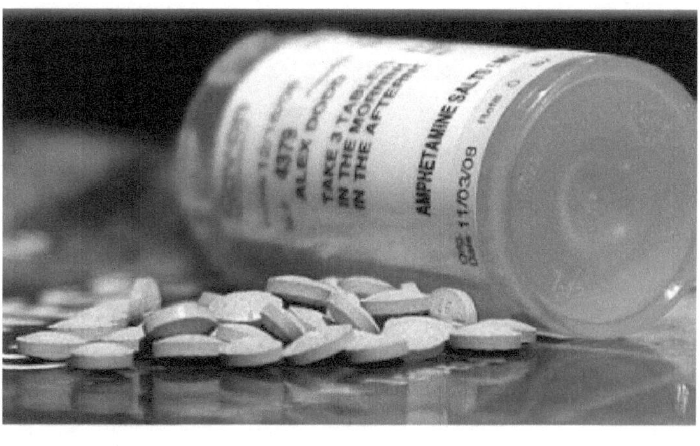

ഉത്തേജക മരുന്നുകൾ

മീതൈൽ ആംഫിറ്റമിൻ:- വെളുത്ത കയ്പുരസമുള്ള ഒരു പൊടിയായോ ഗുളികയായോ കാണുന്നു. ക്രിസ്റ്റൽ രൂപത്തിൽ ഏതാണ്ട് കുപ്പിച്ചില്ല് പൊടിച്ച രൂപത്തിലും കിട്ടും. മരുന്നു പോലെ കഴിക്കാം മൂക്കിൽ വലിക്കാം, പുകയ്ക്കാം, ഇഞ്ചക്ഷനായി ഉപയോഗിക്കാം. ഇത് തലച്ചോറിലെ ഡോപ്പമിന്റെ അളവ് കൂട്ടുന്നു. ഉണർവ് ഉണ്ടാക്കുന്നു. ഉറക്കം ഇല്ലാതാക്കുന്നു. (പരീക്ഷയുടെ തലേദിവസം കുട്ടികൾ ഉറക്കം വരാതിരിക്കാൻ ഉപയോഗിച്ച വസ്തുവാണ് ആംഫിറ്റമിൻ). വിശപ്പ് കുറക്കുന്നു, പ്രഷർ കൂട്ടുന്നു, ശരീരതാപം കൂട്ടുന്നു, ദീർഘകാലം ഉപയോഗിക്കുമ്പോൾ എച്ച്ഐവി വരാം, മഞ്ഞപ്പിത്തം വരാൻ സാദ്ധ്യതയുണ്ട്, പല്ലുകൾ പൊടിഞ്ഞു പോകുന്നു, മോണരോഗം വരുന്നു, വിട്ടുമാറാത്ത ചൊറിയുണ്ടാകാം, അക്രമണവാസന ഉണ്ടാകും, തോന്നലുകൾ, സംശയങ്ങൾ, പാരനോയിയ എന്നിവയുണ്ടാകാം. ഓവർ ഡോസായാൽ പക്ഷാഘാതം, ഹൃദ്രോഗം, അവയവനാശം എന്നിവ ഉണ്ടാകാം. അഡിക്ഷൻ സാധാരണയാണ്. Withdrawl Symptoms ഉണ്ടാകാം.

മരിജുവാന അഥവാ കഞ്ചാവ്

കഞ്ചാവ് ചെടികളുടെ ഇലകളിൽ നിന്നും തണ്ടിൽ നിന്നും പൂക്കളിൽ നിന്നും വിത്തിൽ നിന്നും ഉണ്ടാക്കുന്ന വസ്തുവാണ് മരിജുവാന. അതിൽ ഠഒഇ യും അതേ പോലുള്ള മറ്റു വസ്തുക്കളും അടങ്ങിയിരിക്കുന്നു. കഞ്ചാവ് കഴിക്കുന്നു, പുകയ്ക്കുന്നു, മൂക്കിൽ വലിക്കുന്നു. THC തലച്ചോറിലെ കന്നാബിനോയിഡ് റിസ്പ്റ്ററുകളിൽ പ്രവേശിച്ച് മൂഡ് കൂട്ടുന്നു. ഇന്ദ്രിയങ്ങളെ ഉത്തേജിപ്പിക്കുന്നു.

മൂഡ് വ്യതിയാനം ഉണ്ടാക്കുന്നു, ശരീരചലനങ്ങൾ തകരാറിലാക്കുന്നു, ചിന്താകുഴപ്പം ഉണ്ടാക്കുന്നു, പ്രശ്നം പരിഹരിക്കാനുള്ള കഴിവ് തകരാറിലാകുന്നു, ഓർമ്മ കുറയുന്നു, പഠനം തകരാറിലാവുന്നു, ദീർഘകാലം ഉപയോഗിക്കുമ്പോൾ ശ്വാസകോശ രോഗങ്ങൾ ഉണ്ടാവുന്നു, ഗർഭസ്ഥ ശിശുവിന്റെ തലച്ചോറിൽ തകരാറുകൾ ഉണ്ടാവുന്നു, മനോവിഭ്രാന്തിയുണ്ടാകുന്നു. ഓവർഡോസായാൽ മരണം അപൂർവ്വമാണെങ്കിലും അസ്വാസ്ഥ്യം, വിറയൽ, വിഭ്രാന്തി എന്നിവ ഉണ്ടായേക്കാം.

കഞ്ചാവിന്റെ പ്രവർത്തനം തലച്ചോറിൽ

ആനന്ദമൈഡ് - പ്രകൃതിദത്തമായ ആനന്ദദായിനി.
കഞ്ചാവ് - പ്രകൃതിദത്തമായ റിസപ്റ്ററുകളിൽ കയറിക്കൂടി തലച്ചോറിനെ ഹൈജാക്ക് ചെയ്യുന്ന അപരൻ. ശരീരത്തിലെ പ്രകൃതിദത്തമായ ന്യൂറോ ട്രാൻസ്മിറ്ററുകളിൽ ഒന്നാണ് ആനന്ദമൈഡ്. ഇവ തലച്ചോറിന്റെ പ്രത്യേക ഭാഗങ്ങളിൽ കേന്ദ്രീകരിച്ച്

1. സന്തോഷം
2. ഓർമ്മ
3. ചിന്തകൾ
4. ഏകാഗ്രത
5. ചലനങ്ങൾ
6. പ്രവർത്തനങ്ങളെ ഏകോപിക്കൽ (cordination).
7. ഇന്ദ്രിയങ്ങളുടെ പ്രവർത്തനം
8. സമയബോധം

എന്നിവയിൽ സ്വാധീനം ചെലുത്തുന്നു. ആനന്ദ മൈഡ് ഇങ്ങനെ നമുക്ക് സന്തോഷം തരുന്നു. ആനന്ദമൈഡിന്റെ പ്രകൃതിദത്തമായ റിസപ്റ്ററുകളിൽ കഞ്ചാവ് കയറിപ്പറ്റി തലച്ചോറിന്റെ പ്രവർത്തനം തകിടം മറിക്കുന്നു. (ഇതിനു കാരണം ഇവ തമ്മിലുള്ള രാസഘടനയിലെ സാമ്യമാണ്).

അങ്ങനെ കഞ്ചാവ് ഹിപ്പോകാമ്പസ്, ഓർബിറ്റൽ കോർട്ടക്സ് എന്നിവയുടെ പ്രവർത്തനം മരവിപ്പിക്കുന്നു. ചിന്തകൾ തകരാറിലാവുന്നു, പഠനം തകരാറിലാവുന്നു, സെറിബെല്ലം, ബേസൽഗാംഗ്ലിയ, (ബാലൻസ്, കോർഡിനേഷൻ എന്നീ പ്രവർത്തനങ്ങൾ ചെയ്യുന്ന ഭാഗം) ഇവയെ തകരാറിലാക്കുന്നു, ബാലൻസ് തെറ്റുന്നു.

കഞ്ചാവ് വലിച്ചാൽ

1. തീരുമാനമെടുക്കാൻ കഴിയാതെ വരുന്നു.
2. പഠനം തകരാറിലാവുന്നു.
3. ബാലൻസ് തെറ്റുന്നു.

4. ഡ്രൈവിംഗ് ബുദ്ധിമുട്ടാവുന്നു.
5. അപകടം ഉണ്ടാവും.
6. റിവാർഡ് സിസ്റ്റം ഉത്തേജിക്കപ്പെടുന്നു.
7. ഡോപ്പമിൻ പ്രളയം ഉണ്ടാവുന്നു.

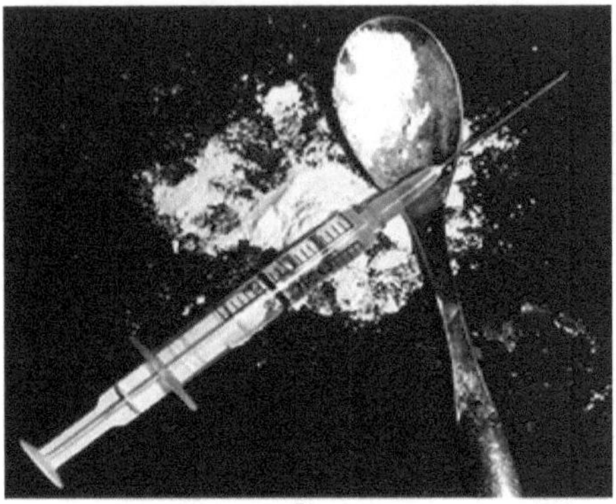

കുത്തിവെപ്പ് മരുന്നുകൾ

ഓപ്പറേഷൻ ചെയ്യുന്നതിന് മുമ്പ് നമ്മുടെ ശരീരത്തിൽ മോർഫീൻ പെതിഡിൻ എന്നിവ കുത്തിവെക്കാറുണ്ട്. രോഗിയെ ശാന്തനാക്കാനും പേശികൾ അയയുവാനും വേണ്ടിയാണിത്. ഈ മരുന്നുകൾ തലച്ചോറിന്റെ ഓപ്പിയം റിസപ്റ്ററുകളെ ഉത്തേജിപ്പിക്കുകയും സന്തോഷവും നിദ്രയും ഉണ്ടാക്കുന്നു. ഇത്തരം മരുന്നുകൾ വിദ്യാർത്ഥികൾ, സിസ്റ്റർമാർ എന്നിവർ ദുരുപയോഗം ചെയ്യുന്നതായി ശ്രദ്ധയിൽപെട്ടിട്ടുണ്ട്. ഇത്തരം മരുന്നുകളുടെ അടിമയായാൽ രക്ഷപ്പെടുക പ്രയാസമാണ്.

ഹോട്ടൽ മുറികളിലും ഒഴിഞ്ഞ വീടുകളിലും ഇരുന്ന് മരുന്ന് കുത്തി വെക്കുകയാണ് പതിവ്. ഇക്കാര്യത്തിൽ കോഴിക്കോട്ടെ ബംഗ്ലാദേശ് കോളനി കുപ്രസിദ്ധമാണ്. പലപ്പോഴും ഉപയോഗിച്ച സിറിഞ്ച് തന്നെ വീണ്ടും വീണ്ടും ഉപയോഗിക്കുന്നു. അങ്ങനെ വരുമ്പോൾ എച്ച്ഐവി, മഞ്ഞപ്പിത്തം എന്നിവ പടരുന്നു. രക്തത്തിൽ അണുബാധയും ഉണ്ടാവുന്നു.

കുറേക്കാലം മുമ്പ് തളിപ്പറമ്പിൽ ഒരു പി.എച്ച്.സി.യിൽ ജോലി ചെയ്യുമ്പോൾ താടിവളർത്തിയ ഒരു മെലിഞ്ഞ ചെറുപ്പക്കാരൻ എന്റെ മുന്നിൽ വന്നു. അയാൾ എന്റെ സീനിയറായ ഡോ: രാകേശ് ആയിരുന്നു. അയാൾ മിടുക്കനായ ഒരു ഷട്ടിൽ താരമായിരുന്നു. ഡ്രഗ് അഡിക്ടായതോടെ ഭാര്യയുമായി പിരിഞ്ഞു. തന്റെ പരിചയക്കാരായ ഡോക്ടർമാരെ അന്വേഷിച്ച് പി.എച്ച്.സി.യിൽ കറങ്ങുകയാണ്. ലപ്രോസ്കോപ്പി ചെയ്യും മുമ്പ് ഉപയോഗിക്കുന്ന പെതിഡിൻ അന്വേഷിച്ചാണ് വരവ്. ഒരു ആമ്പ്യൂളിന് വേണ്ടി അയാൾ യാചി ക്കുകയാണ്. ഇന്ന് ഡോ: രാകേശ് ഇല്ല. രക്തത്തിൽ അണുബാധ വന്ന് മൃതിയടഞ്ഞു.

കുത്തിവെപ്പ് മരുന്നുകൾ 2

ഓപ്പിയം അഥവാ കറുപ്പിൽ നിന്ന് ഉണ്ടാക്കുന്ന ഒരു ഉത്തേജക മരുന്നാണ് മോർഫീൻ. മോർഫീനിൽ നിന്നാണ് ഹിറോയിൻ ഉണ്ടാക്കുന്നത്. ഇത് വെളുത്തതോ ബ്രൗൺ നിറത്തിലോ ഉള്ള ഒരു പൊടിയായി മാർക്കറ്റിൽ നിന്ന് കിട്ടുന്നു. കറുത്ത ലേഹ്യമായും കിട്ടും.

ഇഞ്ചക്ഷനായോ പുകച്ചോ മൂക്കിൽ വലിച്ചോ ഉപയോഗിക്കുന്നു. ഹിറോയിൻ ശരീരത്തിൽ എത്തിയാൽ രൂപം മാറി മോർഫീൻ ആവുന്നു. അത് ശരീരത്തിലെ ഓപ്പിയം റിസപ്റ്ററുകളിൽ ചെന്ന് സന്തോഷം ഉണ്ടാക്കുന്നു. വേദനകൾ അകറ്റുന്നു. മണിക്കൂറുകളോളം നീണ്ടു നില്ക്കുന്ന സന്തോഷം EUPHORIA അതാണ് മോർഫീന്റെ പ്രത്യേകത. അതിനുശേഷം നാക്കു വരണ്ടു പോകുന്നു. ശരീരത്തിൽ മരവിപ്പ് വരുന്നു. മനോവ്യാപാരങ്ങളിൽ മങ്ങൽ വരുന്നു.

ദീർഘകാലം ഉപയോഗിക്കുമ്പോൾ രക്തക്കുഴലുകൾ അടഞ്ഞു പോവുന്നു. ഹൃദയവാൾവുകൾ തകരാറിലാവുന്നു. രക്തത്തിൽ അണുബാധ ഉണ്ടാവുന്നു. ഓവർഡോസ് ആയാൽ നാലോക്സാൻ കൊടുക്കണം. അഡിക്ഷൻ ഉണ്ടാക്കുന്നു. Withdrawl Symptoms (പെട്ടെന്ന് മരുന്ന് പിൻവലിച്ചാൽ) പേശീ വേദന, എല്ലുവേദന, ഉറക്കമില്ലായ്മ, വയറിളക്കം, ഛർദ്ദി, മരുന്നിന് വേണ്ടി യാചിക്കൽ (craving) എന്നിവക്ക് കാരണമാകും.

കൊക്കേയിൻ

മയക്കുമരുന്നിലെ രാജാവ്. മദ്യം കഴിഞ്ഞാൽ ഡടഅ യിൽ ഏറ്റവും അധികം ഉപയോഗിക്കുന്ന മയക്കുമരുന്ന് കൊക്കേയിനാണ്. കൊക്കേയിൻ കഴിഞ്ഞാൽ ഹിറോയിൻ, മരിജുവാന ഇങ്ങനെ പോകുന്നു.

കൊക്കേയിൻ കൊക്കോ ചെടിയുടെ ഇലകളിൽ നിന്നാണ് കിട്ടുന്നത്. അമേരിക്കയിലെ ഖനികളിൽ ജോലി ചെയ്യുന്ന ആളുകൾ ഇലകൾ ചവച്ച് മൂഡ് വരുത്താറുണ്ട്. ക്രമേണ ഇത് ഒരു അനസ്തേഷ്യ മരുന്നായി ഉപയോഗിച്ച് തുടങ്ങി. അതിന്റെ ലഹരി മനസ്സിലായതോടെ 1888 ൽ ജോൺസ്റ്റിത്ത് പെമ്പർ ടൺ ഒരു ഫ്രഞ്ച് കോള യുഎസ്.എ യിൽ മാർക്കറ്റ് ചെയ്തു. 8 ഔൺസ് കോളയിൽ 60 മില്ലിഗ്രാം കൊക്കേയിൻ അടങ്ങിയിരുന്നു. അതിന്റെ പേരാണ് കൊക്കോക്കോള!!!

കൊക്കേയിൻ 2

സൗത്ത് അമേരിക്കയിലെ കൊക്കോ ചെടിയിൽ നിന്ന് ഉൽപ്പാദിപ്പിക്കുന്ന ഒരു മരുന്ന്, തെരുവുമരുന്ന്, വെളുത്ത പൊടിയായി തെരുവിൽ നിന്ന് കിട്ടുന്നു. ഇത് സ്റ്റാർച്ചുമായോ ഗോതമ്പ് പൊടിയുമായോ ചേർത്താണ് കിട്ടുക. ചിലപ്പോൾ ആംഫിറ്റമിൻ എന്ന മരുന്നുമായും ചേർക്കും. ബ്ലോ, ക്രെയിക്ക്, റോക്ക്, സ്നോ ഇവയെല്ലാം പേരുകളാണ്. ഇത് മൂക്കിൽ വലിക്കുന്നു, ഊനിൽ തേച്ച് പിടിപ്പിക്കുന്നു, വെള്ളത്തിൽ അലിയിച്ച്, ഞരമ്പിൽ കുത്തി വെച്ച് ഉപയോഗിക്കുന്നു, ക്രിസ്റ്റൽ ചൂടാക്കി പുകവരുത്തി ശ്വസിക്കുന്നു. ഹിറോയിനുമായി ചേർത്ത് ഞരമ്പിൽ കുത്തിവെയ്ക്കുന്നു. പ്രവർത്തനം ഡോപ്പമിന്റെ അളവ് കൂട്ടി സന്തോഷം ഉണ്ടാക്കുന്നു. ചെറിയ അളവിൽ കഴിച്ചാൽ സന്തോഷം, ഊർജ്ജം, അലർട്നസ്, ഉന്മേഷം, ഉണർവ്വ് എന്നിവ ഉണ്ടാകുന്നു.

ശബ്ദം, കാഴ്ച, സ്പർശനം എന്നീ ഇന്ദ്രിയാനുഭൂതി കൂടുതൽ ആസ്വാദ്യകരമാവുന്നു. പാരനോയിഡ് ആശയങ്ങൾ ഉടലെടുക്കുമ്പോൾ മറ്റുള്ളവരെ അവിശ്വസിക്കുന്നു. അങ്ങനെ വിദ്വേഷം ഉണ്ടാവുന്നു. ആരോഗ്യം നശിക്കുന്നു. അക്രമം കാണിക്കാൻ തുടങ്ങുന്നു. മയക്കുമരുന്നിന്റെ പ്രവർത്തനം പെട്ടെന്ന് തുടങ്ങുന്നു. ഏതാനും മിനുട്ട് മുതൽ ഒരു മണിക്കൂർ വരെ നീണ്ടു നിൽക്കുന്നു.

മറ്റു ആരോഗ്യപ്രശ്നങ്ങൾ

1. രക്തകുഴലുകൾ ചുരുങ്ങുന്നു.
2. കൃഷ്ണമണി വികസിക്കുന്നു.
3. ഛർദ്ദി.
4. പനി.
5. ബി.പി. കൂടുന്നു.
6. ഹൃദയമിടിപ്പ് കൂടുന്നു.
7. വിറയൽ, മാംസം പിടക്കൽ, അടങ്ങിയിരിക്കാൻ പറ്റാത്ത അവസ്ഥ.

ദീർഘകാലം ഉപയോഗിക്കുമ്പോൾ

മൂക്കൊലിപ്പ്, മൂക്കിലൂടെ രക്തം പോവുക, കുടൽ പുണ്ണ് എന്നിവ ഉണ്ടാകും. ഇഞ്ചക്ഷൻ ചെയ്യുമ്പോൾ എച്ച്ഐവി രോഗം, മഞ്ഞപ്പിത്തം എന്നിവ ഉണ്ടായേക്കാം. ശരീരം മെലിയുന്നു. വിശപ്പ് കുറ

യുന്ന അവസ്ഥ നീണ്ടുനിൽക്കുന്നു. ചലനവൈകല്യങ്ങൾ, പാരനോയിയ, വിഭ്രാന്തി എന്നിവ ഉണ്ടായേക്കാം.

കൊക്കേയിനും മദ്യവും അത്യന്തം അപകടകരമാണ്. കൊക്കേയിനും ഹിറോയിനും ഒരുമിച്ചാൽ അപകടം! ഹൃദയമിടിപ്പ് തകരാറിലാവുന്നു. ഹൃദ്രോഗം, അപസ്മാരം, മസ്തിഷ്ക്കാഘാതം, പെട്ടെന്നു മരുന്നു നിർത്തിയാൽ (withdrawl syndrom) ഉണ്ടാവുന്നു, വിഷാദം, വിളർച്ച, സ്വപ്നങ്ങൾ, ഉറക്കമില്ലായ്മ എന്നിവ ഉണ്ടാകുന്നു.

ചികിത്സ:- കോഗ്നിറ്റീവ് ബിഹേവിയർ തെറാപ്പി.

ക്ലബ് മരുന്നിന്റെ ലോകം.

കുറച്ച് കാലം മുമ്പ് എറണാകുളത്ത് ഒരു ഹോട്ടലിൽ പോലീസ് റെയിഡുനടത്തിയപ്പോൾ ഒരു ഡി.ജെ. പാർട്ടി നടക്കുകയായിരുന്നു. ഒരു യുവതാരവും ഏതാനും യുവതികളും അവിടെ ഡാൻസ് ചെയ്യുകയായിരുന്നു. അവർ ഏത് മയക്കുമരുന്നാണ് കഴിച്ചതെന്ന് കണ്ടുപിടിക്കാൻ കഴിയാത്തത് കൊണ്ട് കേസ് തള്ളിപ്പോയി. ഇത്തരം മയക്കുമരുന്ന് പാർട്ടികൾ കൂടുതലും നടക്കുന്നത് കൊച്ചിയിലാണ്. ഈയിടെ കോഴിക്കോട്ട് നടന്ന ഒരു മയക്കുമരുന്ന് പാർട്ടിയിൽ വെച്ച് ഒരു ചെറുപ്പക്കാരൻ മരിച്ചതോടെയാണ് ഇത്തരം മയക്കുമരുന്ന് പാർട്ടികൾ ശ്രദ്ധയിൽപെടാൻ തുടങ്ങിയത്.

ഇന്ന് ഏറ്റവുമധികം ഉപയോഗിക്കുന്ന ക്ലബ് മരുന്ന് എം.ഡി.എം.എ അഥവാ മോളി ആണ്. എക്സ്റ്റസി എന്നും പേരുണ്ട്. അടുത്തായി കേരളത്തിൽ നിന്ന് ധാരാളം എം.ഡി.എം.എ. മരുന്നുകൾ പിടിച്ചെടുത്തിട്ടുണ്ട്. ഒരു ഗുളികക്ക് 5000 രൂപ വരും. ഈ മരുന്ന് കഴിച്ചാൽ ശരീരത്തിൽ ഡോപ്പമിൻ, സിറട്ടോണിൻ എന്നിവയുടെ പ്രളയം ഉണ്ടാവും. അതിന്റെ ഫലമായി അംഗങ്ങൾക്കിടയിൽ അടുപ്പവും ലൈംഗിക ഉത്തേജനവും ഉണ്ടാകും. സുരക്ഷിതമല്ലാത്ത ലൈംഗിക വേഴ്ച എച്ച്ഐവി, മഞ്ഞപ്പിത്തം എന്നിവ പരത്തുന്നു.

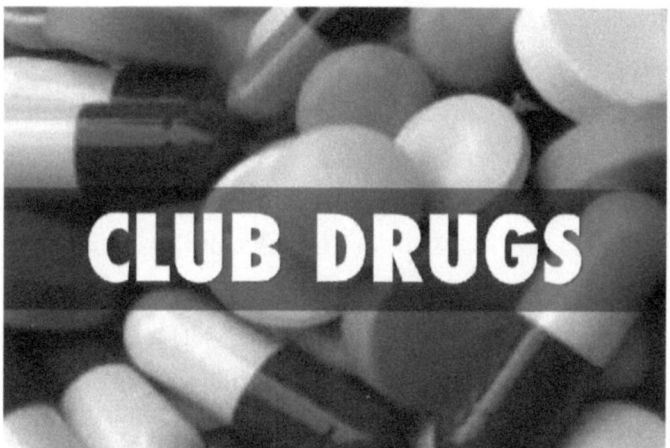

ഒരു ക്ലബ്ബ് മരുന്ന്

മോളി അഥവാ എം.ഡി.എം.എ. എന്ന മരുന്ന് മൂഡ് കൂട്ടുകയും തോന്നലുകളും വിഭ്രാന്തിയും ഉണ്ടാക്കുകയും ചെയ്യുന്നു. ഇന്ദ്രിയങ്ങളെ തെറ്റിദ്ധരിപ്പിക്കുന്നു. സമയബോധം നഷ്ടപ്പെടുത്തുന്നു. ഇത് നൈറ്റ് ക്ലബ്ബുകളിൽ സ്ഥിരമായി ഉപയോഗിക്കുന്ന വസ്തുവാണ്. ക്യാപ്സൂൾ രൂപത്തിലും പൊടിയായും കിട്ടുന്നു. വായിലൂടെ കഴിക്കാം. മൂക്കിലൂടെ വലിക്കാം. മോളി ഡോപ്പമിൻ കൂട്ടുന്നു. ഫയറിംഗ് പോലെ നോർ അഡിനാലിൻ കൂട്ടുന്നു. ഹൃദയത്തിൽ പെരുമ്പറ മുഴങ്ങുന്നു. ബി.പി. കൂടുന്നു. സിറട്ടോണിൻ കൂടുമ്പോൾ മൂഡ് കൂടുന്നു. വിശപ്പ് കുറയുന്നു. ഉറക്കം വരുന്നു. ലൈംഗിക ഉത്തേജനം വരുന്നു. വികാരാവേശം ഉണ്ടാവുന്നു. അടുപ്പം ഉണ്ടാവുന്നു. ഓക്കാനം, പേശീ വേദന, പല്ല് ഞെരിക്കൽ, കാഴ്ച മങ്ങൽ, വിറയൽ, വിയർപ്പ് എന്നിവ ഉണ്ടാകുന്നു. മരുന്നിന്റെ പ്രവർത്തനം 3മണിക്കൂർ മുതൽ 6 മണിക്കൂർ വരെ നീണ്ടു നില്ക്കുന്നു.

മോളി അഡിക്ടിന്റെ പ്രശ്നങ്ങൾ

അസ്വാസ്ഥ്യം.
അക്രമണ പ്രവണത.
വിഷാദം.
ഉറക്കമില്ലായ്മ.
ഉൽക്കണ്ഠ.
ഓർമ്മക്കുറവ്.
ഏകാഗ്രത കുറവ്

ലൈംഗിക ശേഷിക്കുറവ് (ആദ്യ ഘട്ടങ്ങളിൽ ലൈംഗിക ശേഷി കൂടുന്നു. ആ സമയത്ത് വയാഗ്ര പോലുള്ള സാധനങ്ങൾ ഉപയോഗിക്കാൻ സാദ്ധ്യതയുണ്ട്. ഇങ്ങനെ വരുമ്പോൾ സുരക്ഷിതമല്ലാത്ത ലൈംഗിക ജീവിതത്തിലേക്ക് തിരിയുകയും എച്ച്ഐവി, മഞ്ഞപ്പിത്തം എന്നിവ ഉണ്ടാകാം).

അഡിക്ഷൻ ഉണ്ടാക്കുന്ന മരുന്നാണ് MDMA അഥവാ മോളി. Withdrawl Symptoms, വിശപ്പ് കുറയുന്നു. വിഷാദരോഗം ഉണ്ടാവുന്നു. ഏകാഗ്രത കുറയുന്നു.

മൂക്കിൽ വലിക്കുന്ന മരുന്നുകൾ

ഇത്തരം മരുന്നുകളുടെ ഉപയോഗം വ്യാപകമാവുകയാണ് പ്രത്യേകിച്ചും കോളേജ് കുമാരികളിലും സ്കൂൾ കുട്ടികളിലും. കുറച്ച് കാലം മുമ്പ് ഒരു ചെറുപ്പക്കാരനെ പരിചയപ്പെട്ടു. അയാൾ ഫെവിക്കോൾ മണക്കുന്ന വ്യക്തിയായിരുന്നു. യൂ ഡി കോളോൺ, സ്പ്രേകൾ എന്നിവ മണത്ത് അയാൾ ആനന്ദം തേടി. ഗൾഫിൽ പോയപ്പോൾ അയാൾ ഗ്യാസ് പമ്പുകളിൽ ചുറ്റിക്കറങ്ങി. ഗാരേജിൽ നിർത്തിയിട്ട കാറുകളുടെ പുകവരുന്ന പൈപ്പുകൾ മണത്തു. കുറേ മാസങ്ങൾ കഴിഞ്ഞപ്പോൾ അയാളുടെ കാഴ്ച മങ്ങി. കണ്ണിലെ ഞരമ്പുകൾ തകരാറിലായി. (optic atrophy) അങ്ങനെ അന്ധനായി വടിയുമായി അയാൾ നീങ്ങുന്നു.

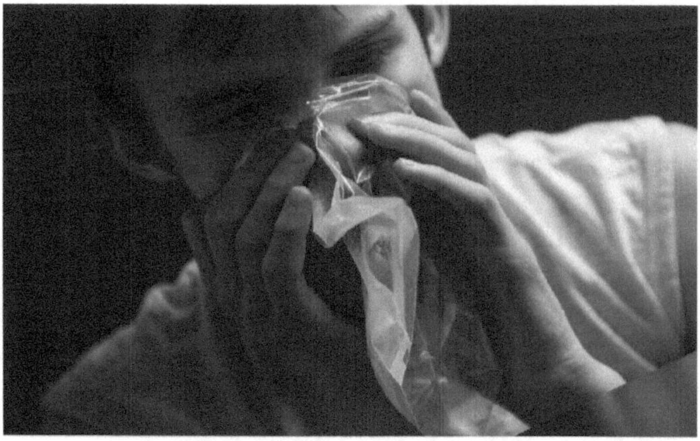

ഇൻഹലന്റ് മരുന്നുകളുടെ ദുരുപയോഗം

മൂക്കിലൂടെയും വായിലൂടെയും വലിക്കുന്ന വസ്തുക്കളെയാണ് ഇൻഹലന്റുകൾ എന്ന് വിളിക്കുന്നത്. സോൾവൻടുകൾ, ഏയറോസോൾ സ്പ്രേകൾ, ഗ്യാസുകൾ, നൈട്രൈറ്റുകൾ, എന്നിവയാണ് ദുരുപയോഗം ചെയ്യുന്നത്. ഇവ വീട്ടിൽ കാണുന്ന നിത്യോപയോഗ വസ്തുക്കളിൽ ഉണ്ട്. പെയിന്റുകൾ, മാർക്കറുകൾ, പശ (ഫെവിക്കോൾ), മഷി മായ്ക്കുന്ന പേനകൾ, ക്ലീനിംഗ് സൊലൂഷൻ എന്നിവ. ഇവയിൽ സൈക്കോ ഏക്ടീവ് പദാർത്ഥങ്ങളുണ്ടാവും. കൊച്ചു കുഞ്ഞുങ്ങളും ടീനേജ് കുമാരികളും ഈ മരുന്നുകൾ ദുരുപയോഗം ചെയ്യുന്നു. ഇവ മൂക്കിലൂടെയും വായിലൂടെയും വലിച്ചെടുക്കുന്നു.

ഉപയോഗിക്കുന്ന വിധം:-

1. പശക്കുപ്പിയോ മാർക്കിംഗ് പേനയോ മണക്കുക.
2. സ്പ്രേകൾ മൂക്കിലടിക്കുക.
3. തുണിയിലാക്കി വായിൽ വെക്കുക.
4. നൈട്രസ് ഓക്സൈഡ് കലർന്ന ബലൂൺ വലിക്കുക.

ഏതാനും മിനുട്ട് മാത്രമേ ഇങ്ങനെ സന്തോഷം കിട്ടുകയുള്ളൂ. അതിനാൽ കുറേ മണിക്കൂർ വലിച്ചുകൊണ്ടേയിരിക്കണം.

ഇൻഹലന്റുകൾ തലച്ചോറിന്റെ പ്രവർത്തനത്തെ ബാധിക്കുന്നു. പ്രവർത്തനം മരവിപ്പിക്കുന്നു. ഏതാണ്ട് മദ്യപിച്ചതുപോലെ കുഴഞ്ഞ വർത്തമാനം, നടക്കുമ്പോൾ ആടിപ്പോകുന്നു, സന്തോഷം ഉണ്ടാവുന്നു, തലചുറ്റുന്നു, കാണാക്കാഴ്ചകൾ കാണുന്നു, വിഭ്രാന്തി, ചിലർ ഛർദ്ദിക്കുന്നു, മണിക്കൂറുകളോളം മയങ്ങുന്നു. നൈട്രൈറ്റുകൾ ലൈംഗിക ശേഷികൂട്ടുന്നു. അങ്ങനെ എച്ച്ഐവി പടരുന്നു.

ദീർഘകാലം ഉപയോഗിക്കുമ്പോൾ:-

ലിവർ, കിഡ്നി തകരാറുകൾ ഉണ്ടാവുന്നു.
കേൾവി കുറയുന്നു.
മജ്ജ തകരാറിലാവുന്നു.

ബാലൻസ് പോവുന്നു.

കുട്ടികളിൽ സ്വഭാവരൂപീകരണം തകരാറിലാവുന്നു.

തലച്ചോറിലെ രക്ത ഓട്ടം കുറയുന്നു.

എച്ച്ഐവി ബാധ ഉണ്ടാകാം.

ഓവർഡോസായാൽ:-

അപസ്മാരം, കോമ എന്നീ അവസ്ഥയിലേക്ക് പോകാം. അഡിക്ഷൻ ഉണ്ടാക്കുന്ന മരുന്നാണ് ഇൻഹലേഷൻ മരുന്നുകൾ.

മരുന്ന് പെട്ടെന്ന് നിർത്തിയാൽ (withdrawl)

ഓക്കാനം

വിശപ്പ് കുറയുക

വിയർപ്പ്

ഉറക്കമില്ലായ്മ

മൂഡ് മാറ്റം എന്നിവ ഉണ്ടാകും.

ചികിത്സ:-

ബിഹേവിയർ തെറാപ്പി, മോട്ടിവേഷൻ.

കുറിപ്പടി മരുന്നുകൾ.

ഡോക്ടരുടെ കുറിപ്പടികൾ സംഘടിപ്പിച്ച് അതിലെ മരുന്നുകൾ വാങ്ങിച്ച് ലഹരിക്ക് വേണ്ടി ഉപയോഗിക്കുന്ന ശീലം വ്യാപകമാണ്. ഇത്തരം മരുന്നുകളിൽ വേദനാസംഹാരികളാണ് ഏറ്റവും അധികം ദുരുപയോഗം ചെയ്യുന്നത്. ഈ മരുന്നുകൾ ഓപ്പിയം വകുപ്പിൽപ്പെട്ടവയായിരിക്കും. ഇവ തലച്ചോറിലെത്തി ഓപ്പിയം റിസപ്റ്ററുകളിൽ പോയി എന്റോർഫിനുകൾ റിലീസ് ചെയ്യുന്നു. ആനന്ദം ഉണ്ടാക്കുന്നു. കാൻസർ തുടങ്ങിയ രോഗങ്ങളിൽ നിന്നുണ്ടാകുന്ന മാറാവേദനകൾ മാറ്റാൻ ഉപയോഗിക്കുന്ന ഓപ്പിയം അങ്ങനെ ദുരുപയോഗം ചെയ്യപ്പെടുന്നു. അതേപോലെ ഉറക്കഗുളികകൾ (HYPNO-TICS) ദുരുപയോഗം ചെയ്യുന്നു. വിഷാദം തടയുന്ന മരുന്നുകൾ (Anti-depressants), ഉത്തേജക മരുന്നുകൾ (Amphetamins) ഈ പറഞ്ഞവയും കുട്ടികൾ കഴിക്കുന്നു.

ഒ.ടി.സി. മരുന്നുകൾ (ഓവർ ദ കൗണ്ടർ മരുന്നുകൾ)

1. പാരാസെറ്റമോൾ.
2. വേദനാസംഹാരികൾ.
3. ഡക്സോ പ്രൊപോക്സിഫിൻ അടങ്ങിയ ഗുളികകൾ, ഉതങ അടങ്ങിയ ചുമ മരുന്നുകൾ.
4. ഓപ്പിയം കലർന്ന ലിംക്റ്റസ് ഓപ്പിയം.

ഇവയെല്ലാം ലഹരിക്ക് വേണ്ടി ദുരുപയോഗം ചെയ്യുന്നു. മരുന്നുകൾക്ക് വേണ്ടി ഡോക്റ്റർ ഷോപ്പിംഗ് ചെയ്യുന്ന രോഗികളെ ഡോക്ടർമാർ തിരിച്ചറിയണം. മരുന്നുകൾ ദുരുപയോഗം ചെയ്യുന്നുണ്ടോ എന്ന് മനസ്സിലാക്കണം.

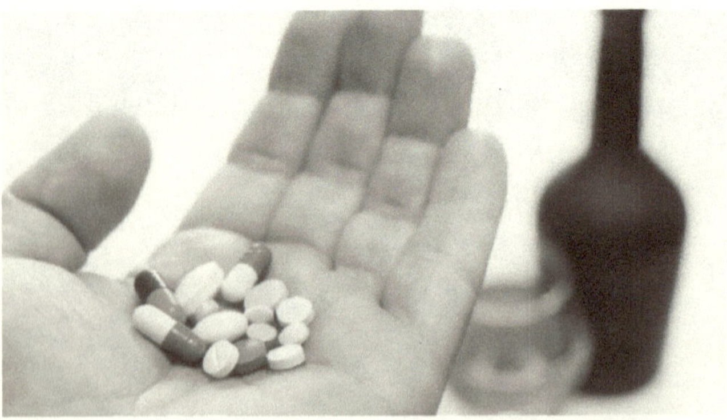

കുറിപ്പടി മരുന്നുകൾ 2
ഓവർ ദി കൗണ്ടർ മരുന്നുകൾ

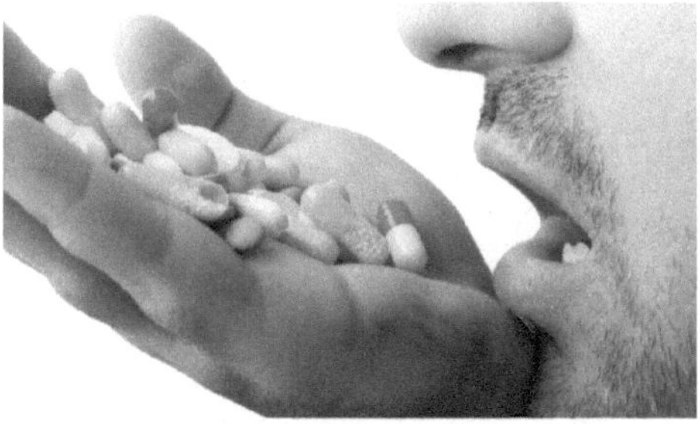

കഞ്ചാവും മദ്യവും കഴിഞ്ഞാൽ അമേരിക്കയിൽ ഏറ്റവും ദുരുപയോഗം ചെയ്യുന്ന മേൽപ്പറഞ്ഞ മരുന്നുകളാണ്. ചില മരുന്നുകൾ തലച്ചോറിനെ തകരാറിലാക്കുന്നവയാണ്. മറ്റൊരാൾക്ക് വിധിച്ച മരുന്നുകൾ കഴിക്കുമ്പോൾ അപകടം സാധാരണമാണ്.

പ്രധാന മരുന്നുകൾ:-

ഓപ്പിയം വകുപ്പിൽപെട്ട വേദനാസംഹാരികൾ. വികോഡിൻ, ഓക്സി കോഡിൻ, ഉത്തേജക മരുന്നുകൾ, അഡറാൾ, റിട്ടാലിൻ, ട്രാൻകിലൈസറുകൾ, വാലിയം, നൈട്രാ സെസ്പാം, ഒ.ടി.സി. മരുന്നുകൾ. കോൾഡ് മരുന്നു കൾ, ഡെക്സോ പ്രൊപോക് സിഫിൻ (Dxp). ഇത്തരം മരുന്നുകൾ സുരക്ഷിതമാണെന്നാണ് ആളുകൾ വിചാരിക്കുന്നത്. എന്നാൽ ഇവ അധിക അളവിൽ കഴിക്കുകയോ (ഉദാഹരണമായി ചുമ മരുന്ന് ഒരു കുപ്പി മുഴുവനായും അകത്താക്കുക). മദ്യത്തിന്റെ കൂടെ കഴിക്കുകയോ ചെയ്താൽ അപകടം ഉറപ്പാണ്.

അഡറോൾ (ADDERALL). വിദ്യാർത്ഥികൾ ദുരുപയോഗം ചെയ്യുന്നു. ഇത് ഉണർവ് ഉണ്ടാക്കും. എന്നാൽ ഓർമ്മശക്തി കൂട്ടുകയില്ല.

റിട്ടാലിൻ - കൊക്കേയിൻ പോലെ പ്രവർത്തിക്കുന്നു.

ഓക്സികോണ്ടിൻ - ഹിറോയിൻ സമാനമായി പ്രവർത്തിക്കുന്നു.

വാലിയം - ക്ലബ്ബ് മരുന്നു പോലെ.

dxm (ചുമ മരുന്ന്) - PCP പോലെ.

കീറ്റമിൻ പോലെ ഇവയെല്ലാം ഡോപ്പമിൻ കൂട്ടുന്നു. അഡിക്ഷൻ ഉണ്ടാക്കുന്നു.

മറ്റു പ്രശ്നങ്ങൾ:-

മയക്കമുണ്ടാക്കുന്നു.

മലബന്ധം.

തലച്ചോറിലെ ശ്വാസനിയന്ത്രണ ഭാഗത്തെ മരവിപ്പിക്കുന്നു. പ്രത്യേകിച്ച് മദ്യവുമായി ചേരുമ്പോൾ ഹിറോയിൻ സമാനമായ മരുന്നുകൾ തലച്ചോറിലെ വൈറ്റ് മാറ്ററിന് തകരാറ് ഉണ്ടാക്കുന്നു. തീരുമാനമെടുക്കാനുള്ള കഴിവ് നശിപ്പിക്കുന്നു. സ്വഭാവ നിയന്ത്രണം തകരാറിലാക്കുന്നു. സ്ട്രസ്സിനെ നേരിടാൻ കഴിവില്ലാതാവുന്നു. കുറിപ്പടി മരുന്നുകളിൽ ഓപ്പിയം വിഭാഗത്തിൽ പെട്ടവയാണ് മരണകാരണത്തിൽ ഒന്നാമൻ. അമേരിക്കയിൽ ഇരുപതുലക്ഷം ആളുകൾ കുറിപ്പടി മരുന്നിന്റെ ദുരിതത്തിലാണ്.

ഉത്തേജക മരുന്നുകൾ ഹൃദയത്തെ തകരാറിലാക്കുന്നു. ശരീരതാപം കൂട്ടുന്നു. ഹാർട്ട് ഫെയിലിയർ ഉണ്ടാവുന്നു. ഇവ വെറുപ്പ്, വിദ്വേഷം എന്നിവ ഉണ്ടാക്കുന്നു.

ഡിപ്രസന്റുകൾ ഉറക്കം വരുത്തുന്നു. ബാലൻസ് നഷ്ടപ്പെടുത്തുന്നു. അഡിക്ഷൻ ഉണ്ടാക്കുന്നു.

dxm (ചുമ മരുന്ന്)

ചലനവൈകല്യം

തരിപ്പ്

ഛർദ്ദി

ബി. പി. കൂട്ടുന്നു

പൾസ് കൂട്ടുന്നു

തലച്ചോറിലെ ഓക്സിജൻ കുറക്കുന്നു

ശ്വാസതടസ്സം ഉണ്ടാക്കുന്നു.

അതിന്റെ കൂടെ ആന്റിഹിസ്റ്റമിൻ മരുന്നുകളും ആവുമ്പോൾ അപകടം ഏറി വരുന്നു. അഡിക്ഷൻ ഉണ്ടാവുന്നു, തീരുമാനമെടുക്കാൻ കഴിവ് കുറയുന്നു, ലൈംഗിക അരാജകത്വം ഉണ്ടാവുന്നു, മരുന്ന് കഴിച്ചുള്ള വണ്ടിയോട്ടം അപകടം വരുത്തുന്നു.

ഉന്മത്താവസ്ഥ ഉണ്ടാക്കുന്ന മരുന്നുകൾ (Hallucinogens)

നമ്മുടെ കൺമുമ്പിൽ ഒന്നുമില്ലെങ്കിലും തലച്ചോറിൽ ദൃശ്യങ്ങൾ തെളിയുന്ന അവസ്ഥ. (മുന്നിൽ എന്തോ ഉണ്ടെന്ന് തോന്നുക). ഇതാണ് VISUAL HALLUCINATION.

അതേ പോലെ ഇല്ലാത്ത ശബ്ദങ്ങൾ കേൾക്കാം. (auditory hallucination) ഷിസോഫ്രീനിയ ഉള്ള ഒരാളെ നോക്കുക. അയാൾ ചെവിയിൽ എന്തോ ശബ്ദങ്ങൾ കേൾക്കുന്നു. അയാളുടെ തലച്ചോറ് അയാളെ തെറ്റിദ്ധരിപ്പിക്കുകയാണ്. ഉന്മത്താവസ്ഥ ഉണ്ടാക്കുന്ന മയക്കുമരുന്നുകളും ഇത് തന്നെയാണ് ചെയ്യുന്നത്. ഇവ ഇന്ദ്രിയങ്ങളെ മയക്കുന്നു. ചിന്തകളെ മാറ്റിമറിക്കുന്നു. കാണാത്ത കാഴ്ചകളും കേൾക്കാത്ത ശബ്ദങ്ങളും കേൾപ്പിക്കുന്നു. അഥവാ സൈക്കഡെലിക് സ്വപ്നങ്ങൾ മനസ്സിൽ വിരിയിക്കുന്നു. ഒരു അഡിക്ട് ഒരു പാട്ട് കേൾക്കുകയാണെന്ന് വിചാരിക്കുക. അയാൾ ആ പാട്ട് ബോർഡിൽ വരച്ചിടാൻ ശ്രമിക്കും. അതുമല്ലെങ്കിൽ വർണ്ണങ്ങൾ കേൾക്കും.

ഈ മരുന്നുകൾ തലച്ചോറിലെ വാർത്താവിനിമയ സംവിധാനത്തെ തകരാറിലാക്കുന്നു. സിറട്ടോണിൻ, ഗ്ലൂട്ടമിൻ എന്നിവയുടെ പ്രവർത്തനത്തിൽ ഇടപെടുന്നു. തലച്ചോറിൽ സിറട്ടോണിൻ, ഡോപ്പമിൻ പ്രളയം ഉണ്ടാവുന്നു. വേദന കുറയുന്നു. ചുറ്റുപാടുകളോടുള്ള പ്രതികരണം മരവിപ്പിക്കുന്നു. പഠനം തകരാറിലാവുന്നു. ഓർമ്മ കുറക്കുന്നു. ഇവയുടെ പ്രവർത്തനം 20 മുതൽ 90 മിനുട്ടിൽ തുടങ്ങി 6 മുതൽ 12 മണിക്കൂർ വരെ നീണ്ടു

നിൽക്കുന്നു. നല്ല അനുഭവങ്ങളും പേടിപ്പിക്കുന്ന അനുഭവങ്ങളും ഉണ്ടാകാം. ഹൃദയമിടിപ്പ് കൂടും, ഓക്കാനം ഉണ്ടാകും, അനുഭൂതികൾ ഉണ്ടാവും, സമയബോധം ഇല്ലാതാവുന്നു, വിശപ്പ് കുറയുന്നു, സ്പിരിചൽ അനുഭവങ്ങൾ ഉണ്ടാകാം. ദൈവവചനങ്ങൾ കാതിൽ മുഴങ്ങും. ഓംകാരം, പള്ളി മണികൾ, അയാളുടെ (അഡിക്റ്റിന്റെ) ചലനങ്ങൾ നിയന്ത്രണമില്ലാതാവുന്നു. ശരീരം വിയർക്കുന്നു. ബേജാറ് (Panic), പാരനോയിയ, മാന്ത്രിക ചിന്തകൾ മനസ്സിൽ ഉടലെടുക്കുന്നു.

ഹല്ലൂസിനോജൻസ്

വിഭ്രാന്തിയുണ്ടാക്കുന്ന മരുന്നുകൾ.

ഇന്ദ്രിയങ്ങളെ മയക്കുന്ന, ചിന്തകളെ മാറ്റിമറിക്കുന്ന മരുന്നുകൾ. ഇത് കാണാത്ത കാഴ്ചകളും ചെവിയിൽ കേൾക്കാത്ത ശബ്ദങ്ങളും ഇല്ലാത്ത തോന്നലുകളും ഉണ്ടാക്കുന്നു. അഥവാ സൈക്കഡെലിക് സ്വപ്നങ്ങൾ മനസ്സിൽ വിരിയിക്കുന്നു.

ഉറവിടം

1. ചെടികളിൽ നിന്ന്
2. കുമിൾ വകുപ്പിൽ നിന്ന്
3. കൃത്രിമമായി ഉണ്ടാക്കുന്നത്.

അയാഹുവാസ്ക:- ആമസോൺ ഭാഗത്തെ ചെടിയിൽ നിന്ന് ഉണ്ടാക്കുന്ന ഒരു ചായ, (ഇതിൽ DMT) അടങ്ങിയിരിക്കുന്നു.

DMT :- ലാബിൽ നിർമ്മിക്കുന്നു. ഒരു വെളുത്ത പൊടി. ഡിമിത്രി എന്ന് ഓമനപ്പേര്.

LSD :- ഫംഗസിൽ നിന്ന് ഉല്പാദിപ്പിക്കുന്നു. മറ്റു പേരുകൾ, ആസിഡ്, ബ്ളോട്ടർ, ഡോട്ട്സ്, യല്ലോ സൺഷൈൻ എന്നിവ.

മെസ് കാലിൻ:- ഒരു കള്ളിച്ചെടിയിൽ നിന്ന് നിർമ്മിക്കുന്നു. ബട്ടൻ, കാക്ടസ്, മെസ്ക്.

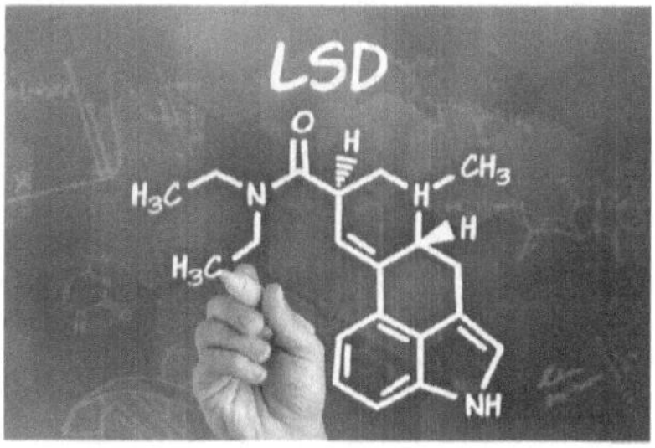

Psilo Cybin :- മാജിക് മഷ്റൂം, പർപ്പിൾ പാഷ്യൻ, ഷ്റൂം എന്നീ പേരിൽ അറിയപ്പെടുന്നു.

ഡെക്സാ മെത്തോർഫീൻ:- ഇത് ചുമ മരുന്നിൽ കാണുന്നു.

കിറ്റമിൻ:- ഒരു മയക്കുമരുന്ന്. ഇൻജക്ഷനായോ പൗഡറായോ കിട്ടുന്നു.

ഫെൻ സൈക്ലിഡിൻ:- മയക്കുമരുന്ന്. മറ്റു പേരുകൾ ഏഞ്ജൽ ഡസ്റ്റ്, ഹോഗ്, ലവ് ബോട്ട്, പീസ് പിൽ, എന്നിവ. (PCP)

സാൽവിയ:- സൌത്ത് അമേരിക്കയിൽ കാണുന്ന ചെടി. മറ്റു പേരുകൾ ഡിസൈനേർസ് സെയ്ജ്, മരിയ പസ്റ്റോറ, സാലി D, മാജിക്ക് മിന്റ്.

ഈ മരുന്നുകൾ എങ്ങനെ ഉപയോഗിക്കുന്നു?

ഗുളിക പോലെയും, ചായ പോലെയും, മൂക്കിലൂടെ വലിച്ചും, ഇഞ്ചക്ഷനായും, ഇൻഹലേഷനായും ഉള്ളിലെത്തിക്കുന്നു.

പ്രവർത്തനം:-

തലച്ചോറിലെ കമ്യൂണിക്കേഷൻ തകരാറിലാക്കുന്നു. സിറട്ടോണിൻ ഗ്ളൂട്ടമിൻ എന്നിവയുടെ പ്രവർത്തനത്തിൽ ഇടപെടുന്നു. വേദന, ചുറ്റുപാടുകളോടുള്ള പ്രതികരണം, വികാരം, പഠനം, ഓർമ്മ എന്നിവയെ ബാധിക്കുന്നു.

പ്രവർത്തനം 20 മുതൽ 90 മിനുട്ടിനുള്ളിൽ തുടങ്ങി 6 മണിക്കൂർ മുതൽ 12 മണിക്കൂർ വരെ നീണ്ടു നിൽക്കുന്നു. നല്ല അനുഭവങ്ങളും ചീത്ത അനുഭവങ്ങളും ഉണ്ടാകും.

ഹൃദയമിടിപ്പ് കൂടുന്നു.

ഓക്കാനം ഉണ്ടാകുന്നു.

അനുഭൂതികൾ ഉണ്ടാവുന്നു.

സമയബോധം നഷ്ടമാവുന്നു.

വിശപ്പ് കുറയുന്നു.

നാവ് വരളുന്നു.

നിദ്ര, ശബ്ദം കാണുന്നു, വർണ്ണങ്ങൾ കേൾക്കുന്നു.

സ്പിരിച്വൽ അനുഭവങ്ങൾ ഉണ്ടാകാം.

ചുറ്റുപാടിൽ നിന്ന് രക്ഷപ്പെടുന്നു.

ചലനങ്ങൾ നിയന്ത്രണമില്ലാതാവുന്നു. വിയർപ്പ്, പാനിക്, പാരനോയിയ, ഭ്രാന്ത്, ചിന്താ വൈകല്യങ്ങൾ, യാഥാർത്ഥ്യത്തിൽ നിന്ന് ഒളിച്ചോടൽ, അങ്ങനെ പലതും.

ദീർഘകാലം ഉപയോഗിക്കുന്നവരിൽ:- കിറ്റമിൻ മൂത്രസഞ്ചിയിൽ അൾസറുണ്ടാക്കുന്നു. കിഡ്നി രോഗവും ഓർമ്മക്കുറവും ഉണ്ടാക്കുന്നു. P.C.P എന്ന മരുന്ന് സംസാര വൈകല്യം, ഓർമ്മക്കുറവ്, തൂക്കക്കുറവ്, ഉൽക്കണ്ഠ, വിഷാദരോഗം, ആത്മഹത്യ എന്നിവ ഉണ്ടാക്കുന്നു.

സ്ഥിരമായി ഉപയോഗിക്കുന്നവരിൽ:- സൈക്കോസിസ്, കാഴ്ചാ പ്രശ്നങ്ങൾ, ചിന്താവൈകല്യം, പാരനോയിയ, മൂഡ്മാറ്റം, ഫ്ളാഷ്ബാക്ക്, വിഭ്രാന്തികൾ ഏതാനും ദിവസം മുതൽ വർഷത്തോളം നീണ്ടു നിന്നേക്കാം.

മറ്റു പ്രശ്നങ്ങൾ:- കുമിൾ പോയിസനിംഗ്, അപസ്മാരം, കോമ, മരണം, അല്ലെങ്കിൽ ആത്മഹത്യ. മദ്യവുമായി പ്രവർത്തിച്ച് തകരാറുണ്ടായേക്കാം. സ്വഭാവവൈകല്യങ്ങളും ജനിതക തകരാറുകളും ഉണ്ടായേക്കാം. അഡിക്ഷൻ ഉണ്ടായേക്കാം.

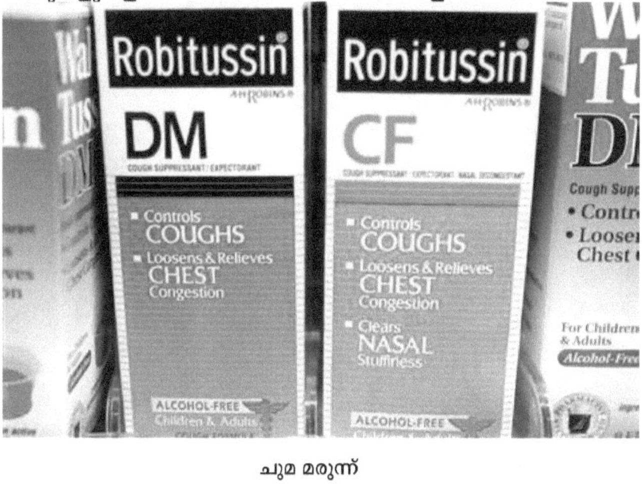

ചുമ മരുന്ന്

ലഹരി മരുന്നിന്
അടിമയായവർ

മനോജ് തോമസ്

കണ്ണൂർ ആശുപത്രിയിൽവെച്ചാണ് മനോജ് തോമസിനെ പരിചയപ്പെടുന്നത്. ഒരു ക്രോണിക്ക് അഡിഷനലായി മെഡിക്കൽ കോളജിൽ നിന്ന് പുറത്തിറങ്ങിയതായിരുന്നു. ഹൗസ് സർജൻസ് കോട്ടേഴ്സിലായിരുന്നു താമസം. നല്ല മിടുക്കനായ ജനറൽ പ്രാക്ടീഷനറായിരുന്നു മനോജ്. ജി.പി. തുടങ്ങിയ ശേഷം രണ്ടു ആശുപത്രികൾ എടുത്ത് നടത്താൻ തുടങ്ങി. ഒന്ന് മരക്കാർ കണ്ടിയിലും മറ്റൊന്ന് കോഴിക്കോട് ജില്ലയിലും. തോമസിന് നല്ല വരുമാനമുണ്ടായിരുന്നു. എന്നാലും ജീവിക്കണമെങ്കിൽ പത്ത് ആംപ്യൂൾ ഫോർടിൻ വേണമായിരുന്നു. ഡിസ്ട്രിക്റ്റ് ആശുപത്രിയിലെ രാം മെഡിക്കൽസിൽ അക്കൗണ്ട് ആയിരുന്നു ഫോർടിൻ മരുന്നിന്. ഓരോ മാസത്തിന്റെ തുടക്കത്തിലും മരുന്നിന് പണം കൊടുത്ത് പുതിയ അക്കൗണ്ട് തുടങ്ങുന്നു. രാവിലത്തെ ഒപി. കഴിഞ്ഞു മരുന്നടിക്കാൻ തുടങ്ങും. കയ്യിലെ ഞരമ്പുകൾ എല്ലാം ബ്ലോക്കായി ജനനേന്ദ്രിയത്തിലെ ഞരമ്പിലാണ് എടുക്കാറ്. 1980 ൽ ഞാൻ ജില്ലാ ആശുപത്രി വിട്ടു. തോമസ് പിന്നെയും അവിടെയുണ്ടായിരുന്നു. ഞരമ്പുകൾ ബ്ലോക്കായി, രക്തത്തിൽ അണുബാധയുണ്ടായി അവൻ മരിച്ചു പോയകാര്യം ആരോ പറഞ്ഞു. അങ്ങനെ മിടുക്കനായ തോമസ്, 2 ആശുപത്രികളുടെ ഉടമസ്ഥൻ ഈ ജീവിതത്തിൽ നിന്ന് മറഞ്ഞു.

രാജകൃഷ്ണന്റെ കഥ

രാജകൃഷ്ണൻ തമിഴ്നാട്ടുകാരനായിരുന്നു. മെഡിക്കൽ കോളേജിലെ പതിനാലാം ബാച്ച്കാരൻ. സാമാന്യം സാമ്പത്തികശേഷിയുള്ള കുടുംബത്തിൽ നിന്ന് വന്നതായിരുന്നു. മെഡിക്കൽ കോളേജിൽ ഫസ്റ്റ് എം.ബി. രണ്ടു പ്രാവശ്യം തോറ്റു. ആ സമയത്താണ് കഞ്ചാവ് വലിതുടങ്ങിയത്. മൂന്ന് മണിക്ക് മെഡിക്കൽ കോളേജിൽ നിന്ന് ടൗണിലേക്ക് കോളേജ് ബസ് പുറപ്പെടുന്നു. അവിടെ എത്തിയാൽ ചിലർ ക്വീൻസിൽ പോയി എം.ഡി. (മസാല ദോശ) കഴിക്കും. ചിലർ മാനാഞ്ചിറയിൽ പോയി കാറ്റു കൊള്ളുന്നു. ചിലർ കിഡ്സൻ കോർണറിൽ പോയി നില്ക്കും. അവിടെ കഞ്ചാവ് വില്പനക്കാരുണ്ട്. കയ്യിൽ ഒരു ചുകന്ന സഞ്ചി കാണും. ഡയലോഗ് ഒന്നുമില്ല. ഒരു പൊതികഞ്ചാവ് വാങ്ങിക്കുക. അത് പുകച്ച് ബീച്ചിൽ പോയി ഇരിക്കാം. കണ്ണുകൾ ചുവക്കുന്നു. നാവ് വരണ്ടു പോകുന്നു. വിശപ്പ് കൂടുന്നു. നഗരത്തിന്റെ തിരക്കിലൂടെ ലഹരിയുടെ ചിറകിലൂടെ കാണാക്കാഴ്ചകൾ കണ്ട് നടക്കുന്നു.

രാജകൃഷ്ണൻ കഞ്ചാവിൽ നിന്ന് പെതിഡിനിൽ എത്തി. സിസ്റ്റർമാരോട് യാചിച്ചു വാങ്ങിയ പെതിഡിൻ ഞരമ്പിൽ കുത്തിവെച്ചു. മെഡിക്കൽ ഷാപ്പിൽ നിന്ന് ഫോർട്ട്വിൻ സംഘടിപ്പിച്ചു. സുഹൃത്തുക്കളുമായി കൂട്ടുചേർന്ന് കുത്തിവച്ചു. ക്ലാസിൽ പോകാതെയായി. ഒരു വിധത്തിൽ MBBS പാസ്സായി. അനസ്തേഷ്യയ്ക്ക് ചേർന്നു. അവിടെയെത്തിയപ്പോൾ പെതിഡിൻ സുലഭമായി കിട്ടാൻ തുടങ്ങി. MBBS കഴിഞ്ഞ ശേഷം കല്യാണം കഴിച്ചു. രണ്ടു കുട്ടികൾ ആയി. പലപ്പോഴും ഭാര്യയുമായി വഴക്കുണ്ടാക്കി. ഭാര്യയും മക്കളും നാട്ടിലായിരുന്നു. രാജകൃഷ്ണൻ കണ്ണൂർ ജില്ലാ ആശുപത്രിയിലെ അനസ്തേഷ്യ വിദഗ്ധനായിരുന്നു. ഒഴിവ് സമയങ്ങളിലെല്ലാം പെതിഡിൻ അടിച്ചു. വീട്ടിൽ പോകാതെയായി. വീട്ടിൽ പണം അയച്ചില്ല. കുട്ടികളെ ശ്രദ്ധിച്ചില്ല. പ്രൈവറ്റ് ആശുപത്രികളിൽ പോയി അനസ്തേഷ്യ കൊടുത്തു.

ധാരാളം പണം ഉണ്ടാക്കി. ഒരു ഡസൻ കാർ വാങ്ങിച്ചു. പക്ഷേ പെതിഡിൻ ഉപയോഗം കൂടി വന്നു. ജോലി ചെയ്യാൻ താല്പര്യം കുറഞ്ഞു. മുടി വളർത്തി, താടി നീട്ടി. റൂമിൽ ഒറ്റയ്ക്കിരിക്കാൻ തുടങ്ങി. ഒരു ദിവസം രാജകൃഷ്ണൻ ഒരു കയർ തുമ്പിൽ ജീവിതം അവസാനിപ്പിച്ചു. ശവസംസ്കാരച്ചടങ്ങിൽ ബന്ധുക്കൾ ആരും വന്നില്ല. ജില്ലാ ആശുപത്രിയിലെ ഡോക്ടർമാർ മാത്രം. അങ്ങനെ പയ്യാമ്പലം ബീച്ചിൽ ആരോരുമില്ലാത്ത അനാഥശവമായി രാജകൃഷ്ണൻ. അവന് വേണ്ടി അമ്പലത്തിൽ മണി മുഴങ്ങിയില്ല. അവന്റെ ചിതക്ക് തീ കൊളുത്താൻ ഉടയവർ ആരും ഉണ്ടായില്ല. അവൻ അനാഥരുടെ ലോകത്ത് മാഞ്ഞു പോയി.

ലഹരിയുടെ രഹസ്യം
ആനന്ദത്തിന്റെ രസതന്ത്രം

ആനന്ദമൈഡ്	-	ശരീരത്തിലെ കഞ്ചാവ്
എന്റോർഫീൻ	-	ശരീരത്തിലെ ഓപ്പിയം
ഡോപ്പമിൻ	-	സന്തോഷം തരുന്ന വസ്തു
സിറട്ടോണിൻ	-	വിഷാദം തടയുന്ന ഹോർമോൺ

ആനന്ദമൈഡ് എന്താണ് ചെയ്യുന്നത്?

മനുഷ്യശരീരത്തിൽ സ്ട്രസ് (പിരിമുറുക്കം) ഉണ്ടാകുമ്പോൾ, വേദന ഉണ്ടാകുമ്പോൾ, ആനന്ദമൈഡ്, എന്റോർഫീൻ എന്നീ പദാർത്ഥങ്ങൾ ഉണ്ടാവുന്നു. ഇവ ശക്തമായ വേദനാ സംഹാരികളാണ്, അതേ പോലെ മൂഡ് കൂട്ടുന്ന വസ്തുക്കളാണ്. ഉദാഹരണമായി ഒരാൾക്ക് കാൻസർ വന്നു എന്ന് കരുതുക. ആ സമയത്ത് അയാൾക്ക് മാറാവേദനകൾ കാണും. പേടി കാണും. ഇത് ശമിപ്പിക്കാൻ നാം മോർഫീൻ കൊടുക്കുന്നു. ഇതേ ധർമ്മം തന്നെയാണ് ആനന്ദമൈഡും എന്റോർഫിനും ചെയ്യുന്നത്. പ്രകൃതി ദത്തമായ ലഹരിയും കൃത്രിമമായ ലഹരിയും തമ്മിൽ ഒരു വലിയ വ്യത്യാസം ഉണ്ട്. ആനന്ദമൈഡ് ഒരു ചെറിയ അളവിലേ ശരീരത്തിൽ ഉണ്ടാവുന്നുള്ളു. അത് ഏതാനും സെക്കന്റ് മാത്രമേ നിലനില്ക്കുകയുള്ളൂ. അതിനാൽ അഡിക്ഷൻ ഉണ്ടാവില്ല. ചില ആളുകൾക്ക് മാറാവേദനകൾ കാണും. എല്ലാ പരിശോധനയും നെഗറ്റീവ് ആയിരിക്കും. ഇതിനെ ഫൈബ്രോമയാൾജിയ എന്നാണ് വിളിക്കാറ്. ഇവരിൽ ആനന്ദ മൈഡിന്റെ അളവ് കുറവാണെന്ന് കണ്ടിട്ടുണ്ട്.

വ്യായാമം, സുകുമാരകലകളുടെ സാക്ഷാൽക്കാരം, പുതിയ ഹോബികൾ കണ്ടെത്തൽ, പ്രാർത്ഥന, യോഗ തുടങ്ങിയ കാര്യങ്ങൾ ചെയ്യുമ്പോൾ പ്രകൃതി ദത്തമായ മയക്കുമരുന്നുകൾ മനുഷ്യരിൽ ഉണ്ടാവും. അതേപോലെ അരോമ തെറാപ്പിയും ആനന്ദമൈഡ് ഉണ്ടാക്കുന്നു. പാരാസെറ്റമോൾ എന്താണ് ചെയ്യുന്നത്? ശരീരത്തിലെ ആനന്ദമൈഡിന്റെ അളവ് കൂട്ടുന്നു!

ബ്ലാക്ക് ട്രഫ്ൾസ് (ഫംഗസ്)

ആനന്ദമൈഡ് പ്രകൃതിദത്തമായ കഞ്ചാവ്.

ശരീരത്തിൽ തന്നെ കഞ്ചാവ് ഉള്ളപ്പോൾ എന്തിന് പുറത്ത് അന്വേഷിക്കണം?

ആനന്ദത്തിന്റെ ഉറവിടമാണ് ആനന്ദമൈഡ്. ശരീരത്തിലെ ഒരു സന്ദേശവാഹക പദാർത്ഥം. ഈ പേര് സംസ്കൃതത്തിൽ നിന്ന് വന്നതാണ്. ആനന്ദം അഥവാ BLISS.

മനുഷ്യന്റെ തലച്ചോറിൽ കന്നാബിഡ് റിസപ്റ്ററുകൾ CI, C2 കണ്ടെത്തിയത് ഒരു വഴിത്തിരിവ് ആയിരുന്നു. കഞ്ചാവിനെ സ്വീകരിക്കാൻ ഉള്ള റിസപ്റ്ററുകൾ. മനുഷ്യനും കഞ്ചാവും തമ്മിൽ എന്താണ് ബന്ധം?

മനുഷ്യ ശരീരത്തിലെ ഈ റിസപ്റ്ററുകൾ കഞ്ചാവിന് സമാനമായ ഏതോ ഹോർമോണിന് വേണ്ടി രൂപം കൊണ്ടതായിരിക്കുമോ?. എന്ന ചോദ്യം ഉണ്ടായി. അങ്ങനെയാണ് 1992ൽ WA ദി വേൻ എന്ന ശാസ്ത്രജ്ഞൻ ആനന്ദ മൈഡ് കണ്ടെത്തിയത്.

നിർമ്മാണം:- ഒമേഗാ 6 ആസിഡിൽ നിന്ന് അരാക്കിഡോണിക്ക് ആസിഡ് ഉണ്ടാവുന്നു. അത് എൻഅസറ്റൈൽ അരാക്കിഡോണിക്ക് എത്തനോൾ അമീൻ (AEA) ആവുന്നു. ഇതിനെ FAAH എൻസൈം അരാക്കി ഡോണിക്ക് ആസിഡും എത്തനോൾ അമീനും ആക്കി മാറ്റുന്നു.

ആനന്ദമൈഡ് എലികളിൽ ഓർമ്മശക്തി കുറക്കുന്നു.
മനുഷ്യരിൽ വിശപ്പ് ഉണ്ടാക്കുന്നു.
ഭക്ഷണം ആസ്വദിച്ച് കഴിക്കാൻ സഹായിക്കുന്നു.
ശക്തമായ ഒരു വേദനാസംഹാരിയാണ്.
(ഏതാണ്ട് കഞ്ചാവിന്റെ സ്വഭാവങ്ങൾ തന്നെ).

മനുഷ്യരുടെ സന്താനോല്പാദനത്തിൽ ആനന്ദമൈഡ് ഒരു പ്രധാന പങ്കുവഹിക്കുന്നു. ഹണിമൂൺ പിരീഡ് ആനന്ദത്തിന്റെ

നാളുകളാണല്ലോ. മനുഷ്യന്റെ ഭ്രൂണത്തിന്റെ വളർച്ചക്ക് ആനന്ദമൈഡ് അത്യാവശ്യമാണ്. അമ്മയും ഭ്രൂണവും തമ്മിലുള്ള ആശയവിനിമയത്തിൽ ആനന്ദമൈഡിന് പങ്കുണ്ടെന്ന് കരുതുന്നു. മനുഷ്യൻ പൊണ്ണത്തടിയനാവാൻ ഒരു കാരണം ആനന്ദമൈഡ് ആണ്. ഒരു അത്‌ലറ്റ് മാരത്തോൺ ഓട്ടം കഴിഞ്ഞു തളർന്ന് കിടക്കുന്നതു കണ്ടിട്ടുണ്ടോ? അവരുടെ മുഖത്ത് ഒരു ആനന്ദ നിർവൃതി യുണ്ടാകും. ഒരു ശില്പി അവന്റെ പണി പൂർത്തിയാക്കി ശില്പം കാണുമ്പോൾ, ഒരു സ്റ്റേജ് ഷോയ്ക്കിടെ ഗായകൻ സ്വയം മറന്ന് പാടുമ്പോൾ, ഒരു ചിത്രകാരൻ സ്വന്തം ചിത്രത്തിന്റെ അവസാന മിനുക്ക് പണി നടത്തുമ്പോൾ, ഒരു എഴുത്തുകാരൻ തന്റെ പുസ്തകം പൂർത്തിയാക്കുമ്പോൾ, ഒരാൾ എവറസ്റ്റ് കീഴടക്കുമ്പോൾ, അങ്ങനെ എത്ര ഉദാഹരണങ്ങൾ.

ആനന്ദമൈഡ് കഞ്ചാവ് പോലെയാണ്. പക്ഷേ അതിന്റെ ആയുസ്സ് വളരെ കുറവാണ്. അത് എളുപ്പത്തിൽ വിഘടിച്ച് ഇല്ലാതാവും. അഡിക്ഷൻ ഉണ്ടാവില്ല. വളരെ ചെറിയ അളവിലേ അത് ഉണ്ടാകുകയുള്ളൂ. ആനന്ദമൈഡ് പഠനത്തിന് സഹായിക്കുന്നു.

അത് പന്നിയുടെ തലച്ചോറിലും എലികളുടെ കരളിലും കടൽ ജീവികളിലും കാണുന്നു. ചോക്കലേറ്റിൽ ആനന്ദമൈഡിന് സമാനമായ പദാർത്ഥങ്ങളുണ്ട്. അതിനാൽ ഡാർക്ക് ചോക്കലേറ്റ് കഴിച്ചാൽ ആനന്ദം കൂടും. ആനന്ദമൈഡിന്റെ വിഘടനം തടയാൻ ചോക്കലേറ്റിനും കുരുമുളകിനും കഴിയും. ചോക്കലേറ്റിൽ കഫീൻ, ഫിനൈൽ മീതൈൽ അമീൻ (PEA) വസ്തുക്കൾ ഉണ്ട്. ഇതെല്ലാം ഉത്തേജക വസ്തുക്കൾ തന്നെ. ചോക്കലേറ്റിൽ തിയോ ബ്രോമൈഡ് എന്ന വസ്തു ഉണ്ട്. ഇത് ആനന്ദമൈഡ് കൂട്ടുന്നു.

ബ്ലാക്ക് ട്രഫ്ൾസ് (ഫംഗസ്) കറുത്ത ഫംഗസ് ആയ ട്യൂബർ മെല നോസ്പേമിൽ ആനന്ദമൈഡ് ഉണ്ട്. ഈ ഫംഗസ് ജീവികളെ തന്നിലേക്ക് ആകർഷിക്കുന്നു. ജീവികൾ ആനന്ദമൈഡ് കഴിച്ച് നിർവൃതിയടയുമ്പോൾ ഫംഗസിന്റെ സ്പോറുകൾ ദൂരെ എത്തപ്പെടുകയും ചെയ്യുന്നു. ആനന്ദമൈഡ് പോലുള്ള പദാർത്ഥങ്ങൾ സെലറി, പാർസിലി, ചായ എന്നിവയിൽ ഉണ്ട്. ബ്ലാർക്ക് ട്രഫ്ൾസ് വളരെ വില പിടിച്ചതാണ്. അത് കൊണ്ട് ആനന്ദമൈഡ് വേണമെങ്കിൽ മുൻ പറഞ്ഞ വസ്തുക്കൾ അന്വേഷിക്കുന്നതാണ് നല്ലത്.

ആനന്ദത്തിന്റെ രസതന്ത്രം

തലച്ചോറിൽ കോടിക്കണക്കിന് നാഡീകോശങ്ങളാണ് പ്രവർത്തിക്കുന്നത്. ഓരോ മസ്തിഷ്ക്ക കോശത്തിനും ന്യൂക്ളിയസ്സും കോശശരീരവും ആക്സൺ, ഡെൻഡ്രൈറ്റ് എന്നീ ഭാഗങ്ങളുണ്ട്. ഓരോ കോശത്തിന്റെയും ഡെൻഡ്രൈറ്റും ആക്സണും മറ്റൊരു കോശത്തിന്റെ ആക്സണും ഡെൻഡ്രൈറ്റുമായി ചെറിയ അകലം നില നിർത്തിയാണ് തലച്ചോറിൽ വ്യാപിച്ചു കിടക്കുന്നത്. ഈ അകലത്തെ സിനാപ്സ് എന്ന് പറയുന്നു. കോശങ്ങൾ തമ്മിലുള്ള ആശയ വിനിമയം ചെയ്യുന്നത് ന്യൂറോ ട്രാൻസ്മിറ്റർ എന്നറിയപ്പെടുന്ന രാസ പദാർത്ഥങ്ങൾ വഴിയാണ്. ഓരോ നാഡീകോശത്തിനും മറ്റൊരു നാഡീകോശവുമായി ആയിരത്തോളം വിനിമയ ബന്ധങ്ങൾ ഉണ്ടാക്കുവാൻ കഴിയും. തലച്ചോറിന്റെ പ്രവർത്തനത്തിൽ നൂറോളം ന്യൂറോ ട്രാൻസ്മിറ്ററുകൾ പങ്കെടുക്കുന്നുണ്ട്. ഇവയിൽ പ്രധാനമായത് താഴെ കൊടുക്കുന്നു.

1 അസറ്റൈൽ കോളിൻ

2 ഡോപ്പമിൻ

3. നോർഎപ്പിനെഫ്രിൻ

4. ഗ്ളൂട്ടാമിൻ

5. സിറട്ടോണിൻ

6. ഗാബ.

7. നൈട്രിക് ഓക്സൈഡ്.

തലച്ചോറിലെ നാഡീകോശങ്ങൾ എല്ലാവരിലും ഒരുപോലെയാണെങ്കിലും ചിലർ ബുദ്ധിയിൽ മികച്ച് നിൽക്കാൻ കാരണം സിനാപ്സുകളിലൂടെയുള്ള സന്ദേശവിനിമയ ബന്ധങ്ങളാണ്. ഉപയോഗിക്കുമ്പോൾ പ്രവർത്തനക്ഷമത കൂടുന്ന തരത്തിലാണ് തലച്ചോറിന്റെ ഘടന. തലച്ചോറ് ഉപയോഗിക്കാതെ ഇരിക്കുന്നവരിൽ മസ്തിഷ്ക്കശോഷണം (DEMENTIA) നേരത്തെ ഉണ്ടാവുന്നു.

പ്രകൃതിദത്തമായ കറുപ്പ്

എന്റോർഫീൻ

നമ്മുടെ ശരീരത്തിൽ ഉണ്ടാവുന്ന കറുപ്പ് അഥവാ ഓപ്പിയം.

കറുപ്പ് ഒരു ലഹരി പദാർത്ഥമാണ്. ഇത്തരം ലഹരി പദാർത്ഥങ്ങൾ മനുഷ്യശരീരവും നിർമ്മിക്കുന്നുണ്ട്. ഓപ്പിയം ശക്തമായ വേദനാ സംഹാരിയാണ്. കാൻസർ പോലെയുള്ള രോഗങ്ങൾ മനുഷ്യനെ അവശനാക്കുമ്പോൾ നാം അവർക്ക് ഓപ്പിയം കൊടുക്കുന്നു. ഇത്തരം അവസരങ്ങൾ നേരിടാൻ പ്രകൃതി തന്നെ ഒരുക്കിവെച്ച ഡൈ പെപ്റ്റൈഡുകളാണ് എന്റോർഫീൻ.

എന്റോർഫീൻ രണ്ടു തരത്തിലുണ്ട്:-

(1) എൻകെഫാലിൻ

(2) ഡൈമോർഫീൻ.

ഇവ സന്തോഷം ഉണ്ടാക്കുന്നു.

ലൈംഗികശേഷി കൂട്ടുന്നു.

ഉന്മേഷം ഉണ്ടാക്കുന്നു.

വേദനകൾ ശമിപ്പിക്കുന്നു.

എന്റോർഫീൻ കുറയുന്ന ആളുകളിൽ മാറാവേദനകൾ ഉണ്ടാവുന്നു.

അഡിക്ഷൻ ഉണ്ടാവുന്നു.

ദുഃഖം ഉണ്ടാവുന്നു.

വിഷാദരോഗം വരുന്നു.

ഉറക്കക്കുറവ് കാണുന്നു.

തലക്ക് വട്ട് പിടിച്ച പോലെ തോന്നൽ വരുന്നു.

റിസ്കുകൾ വേണ്ടാതെ ഏറ്റെടുത്ത് അപകടത്തിൽ ചാടുന്നു.

എന്റോർഫീൻ ഉണ്ടാവുന്നത് എസ്സൻഷ്യൽ ഫാറ്റി ആസിഡുകളിൽ

നിന്നാണ്. (Poly unsaturated FA. PUFA). ഇത് തലച്ചോറിൽ എല്ലായിടത്ത് വെച്ചും ഉണ്ടാവുന്നുവെങ്കിലും കോശങ്ങളിലേക്ക് റിലീസ് ചെയ്യുന്നത് പിട്യൂട്ടറിഗ്രന്ഥിയാണ്. എന്റോർഫീൻ കോശങ്ങളിൽ നിന്നു കോശങ്ങളിലേക്ക് സന്തോഷതരംഗം വ്യാപിപ്പിക്കുന്നു.

എന്റോർഫീൻ കൂട്ടാനുള്ള വഴികൾ:-

വ്യായാമം ചെയ്യുക. (വ്യായാമത്തിന്റെ രഹസ്യം എന്റോർഫീനല്ല ആനന്ദമൈഡ് ആണെന്ന് ഇപ്പോൾ തെളിഞ്ഞിട്ടുണ്ട്).

നല്ല ആരോഗ്യം പകരുന്ന ഭക്ഷണം കഴിക്കുക. പ്രോട്ടീൻ ധാരാളമുള്ള ഭക്ഷണം ശീലമാക്കുക.

ട്രിപ്ടോഫാൻ അധികമുള്ള ഭക്ഷണം കഴിക്കുക. ഇവ താഴെ പറയുന്നു.

ടർക്കി
പാല്
മാംസം
ചിക്കൻ
പൌൾട്രി
ചീസ്
മുട്ട

നല്ല വെജിറ്റബിൾ ഭക്ഷണം കഴിക്കുക. ഇത് സിറട്ടോണിൻ (മൂഡ് കൂട്ടുന്ന വസ്തു) കൂട്ടുന്നു.

മുളപ്പിച്ച പയർ
നട്സ്
ബീൻസ്
ഓട്സ്.

നല്ല കൊഴുപ്പുള്ള ഭക്ഷണം കഴിക്കുക.

ഭക്ഷണത്തിൽ ഒമേഗാ 6 ആസിഡുകൾ ഉൾപ്പെടുത്തുക.

ഇവയിൽ നിന്നാണ് ഹോർമോൺ നിർമ്മിതിക്കാവശ്യമായ ഐക്കോസനോയിഡുകൾ ഉണ്ടാക്കുന്നത്.

ചിരിക്കുക. ചിരി എന്റോർഫീൻ കൂട്ടുന്നു.
മറ്റുള്ളവരോട് സുഹൃദ് ബന്ധം സ്ഥാപിക്കുക.
ആലിംഗനം ചെയ്യുക.
ഷേക്ക്ഹാന്റ് ചെയ്തു സ്നേഹം പ്രകടിപ്പിക്കുക.
സ്നേഹത്തോടെ തലോടുക.
അക്യുപംചർ എന്റോർഫീൻ കൂട്ടുമെന്ന് പറയപ്പെടുന്നു.

ഡോപ്പമിൻ

നാം ഉപഹാരം വാങ്ങുമ്പോൾ നമ്മുടെ ശരീരത്തിൽ ഡോപ്പമിൻ ഉണ്ടാവുന്നു. നമുക്ക് ഒരു റിവാർഡ് കിട്ടുമ്പോൾ ഉണ്ടാകുന്ന രാസവസ്തു വാണ് ഇത്. ഒരു ലോട്ടറി കിട്ടുമ്പോൾ, ക്രിസ്മസ് കേക്ക് മുറിക്കുമ്പോൾ, ഒരു നല്ല കാര്യം കേൾക്കുമ്പോൾ, ഭർത്താവിൽ നിന്ന് ഒരു ഗിഫ്റ്റ് സ്വീകരിക്കുമ്പോൾ, ഒരു സ്വീകരണച്ചടങ്ങിൽ സംബന്ധിക്കുമ്പോൾ, നമ്മുടെ ശരീരത്തിൽ ഒരു റിവാർഡ് സിസ്റ്റം ഉണ്ട്. അതിൽ പ്രധാന പങ്ക് വഹിക്കുന്നത് ഡോപ്പമിൻ ആണ്. ഒരു ഉത്തേജനം stimulus............ > Dopamin...........> സന്തോഷം. നിങ്ങൾ ഒരു പാട്ട് പാടി എന്ന് വിചാരിക്കുക. ആളുകൾ കയ്യടിച്ച് പ്രോത്സാഹിപ്പിക്കുന്നു. നിങ്ങളുടെ റിവാർഡ് സിസ്റ്റം സജീവമായി. നിങ്ങൾ സന്തോഷം കിട്ടുവാൻ പിന്നെയും പാടുന്നു. കൂടുതൽ നല്ല പാട്ടുകൾ പാടുന്നു. (ഇത് മാത്രമല്ല ഡോപ്പമിൻ ചെയ്യുന്നത്, തലച്ചോറിന്റെ ഓർമ്മ, പഠനം എന്നിവ നിയന്ത്രിക്കുന്ന ഭാഗങ്ങളിൽ ഈ അനുഭവങ്ങൾ സൂക്ഷിച്ച് വെക്കപ്പെടുന്നു. ഈ റിവാർഡ് പ്രക്രിയയാണ് പഠനമെന്ന പ്രവർത്തനം നടത്തുന്നത്). പിന്നെയും പിന്നെയും പുതിയ കഴിവ് കണ്ടെത്താൻ അത് നമ്മളെ സഹായിക്കുന്നു. ഒട്ടെല്ലാ ലഹരി മരുന്നുകളും ശരീരത്തിന്റെ റിവാർഡ് സിസ്റ്റത്തിനെയാണ് സ്വാധീനിക്കുന്നത്. ലഹരിമരുന്ന് ഒരു ഡോപ്പമിൻ പ്രളയം തന്നെ ഉണ്ടാക്കുന്നു. സന്തോഷം തുടർന്ന് കിട്ടണമെങ്കിൽ ഡോപ്പമിൻ മുടങ്ങാതെ ഉണ്ടാവണം. അത് മാത്രമല്ല വലിയ അളവിൽ ലഹരിമരുന്ന് കിട്ടിയാലെ പ്രയോജനമുള്ളൂ എന്ന അവസ്ഥ വരുന്നു. (TOLERENCE) അങ്ങനെയാണ് ഡ്രഗ് അഡിക്ഷൻ എന്ന അവസ്ഥ ഉണ്ടാവുന്നത്. ഒരു മരുന്ന് അഡിക്ഷനായാൽ തലച്ചോറിന്റെ രസതന്ത്രം തന്നെ മാറുന്നു. ലഹരി മരുന്ന് തലച്ചോറിനെ ഹൈജാക്ക് ചെയ്ത്, റിവാർഡ് സിസ്റ്റത്തിന്റെ നിയന്ത്രണം ഏറ്റെടുക്കുന്നു. അങ്ങനെയുള്ള ഒരവസ്ഥയിൽ ലഹരിമരുന്ന് പെട്ടെന്ന് നിർത്തുന്നത്

അപകടം വിളിച്ചു വരുത്തും. ഇങ്ങനെയുള്ള സാഹചര്യങ്ങളിൽ ലഹരിമരുന്നിന്റെ ഗ്രൂപ്പിൽപ്പെട്ട പ്രായേണ അപകടം കുറഞ്ഞ മരുന്നുകൾ കൊടുക്കുന്നു. (ഓപിയം പോയിസനിംഗിൽ മെത്തഡോൺ കൊടുക്കുന്നതിന്റെ രഹസ്യം ഇതാണ്.)

ഡോപ്പമിൻ ....>സന്തോഷം
....> learning
.... > memory

കുറെ കഴിയുമ്പോൾ അതായത് ലഹരിമരുന്ന് കുറെയധികം പ്രവർത്തിക്കുമ്പോൾ തലച്ചോറ് ഒരു തീരുമാനമെടുക്കുന്നു. ഈ ലഹരിമരുന്നിനെ ഒന്ന് നിയന്ത്രിക്കണം. അതിന് തലച്ചോർ ചെയ്യുന്നതിതാണ് ഡോപ്പമിൻ പുറത്ത് വിടുന്നത് കുറക്കുന്നു. 2 ഡോപ്പമിൻ റിസപ്റ്ററുകളെ ചുരുക്കുന്നു. ഈ അവസ്ഥയിൽ മയക്കുമരുന്നിന് വലിയ ഫലം ഇല്ലാതെ വരുന്നു. അങ്ങനെ രോഗി കൂടുതൽ മരുന്ന് കഴിക്കേണ്ടി വരുന്നു. (ഇതാണ് Tolerance). രോഗി പിന്നെയും പിന്നെയും മരുന്നടിക്കുന്നു കൂടുതൽ അളവിൽ. മരുന്നിനെ കുറിച്ച് ഹിപ്പോകാമ്പസ്, അമിഗ്ഡാല എന്നീ ഭാഗങ്ങളിൽ ശേഖരിച്ചുവെച്ച ഓർമ്മകൾ, അനുഭൂതികൾ അയാളെ അലട്ടുന്നു, മരുന്നിന് വേണ്ടി അയാൾ പരക്കം പായുകയായി, (cravings) സംഗ്രഹിച്ച് പറഞ്ഞാൽ രോഗിക്ക് മയക്കുമരുന്നിൽ നിന്ന് മോചനമില്ലാത്ത ഒരവസ്ഥ വന്നു.

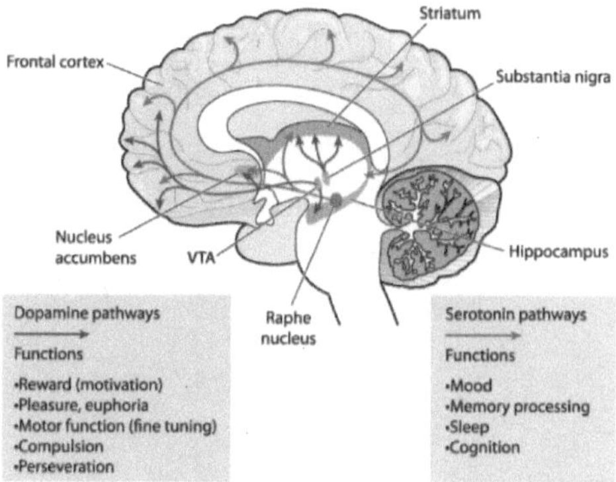

വിഷാദം തടയുന്ന ഹോർമോൺ സമാനമായ വസ്തു - സിറട്ടോണിൻ

സിറട്ടോണിൻ കുറയുമ്പോൾ നമ്മുടെ മൂഡ് കുറയുന്നു. നമുക്ക് ഒരു സിനിമ കാണാനോ പാട്ട് കേൾക്കാനോ താല്പര്യം ഉണ്ടാവുന്നില്ല. വിഷാദ രോഗത്തിന്റെ മരുന്നുകൾ സിറട്ടോണിൻ കൂട്ടുകയാണ് ചെയ്യുന്നത്.

സിറട്ടോണിൻ കുറയുന്ന അവസ്ഥകൾ

ഒ.സി.എൻ (ശങ്കാരോഗം)
ബേജാറ്
വിഷാദം
ആകാംക്ഷ
കുട്ടികളിലെ വികൃതി.
കൗമാരപ്രായത്തിലെ സ്വഭാവമാറ്റങ്ങൾ
സിറട്ടോണിൻ നിദ്രയുണ്ടാക്കുന്നു.
വിശപ്പ് കൂട്ടുന്നു.
പ്രണയത്തിന്റെ ഒരു ഹോർമോണാണ് സിറട്ടോണിൻ
ലൈംഗിക ഉത്തേജനം നല്കുന്നു.
വികാരാവേശവും അടുപ്പവും ഉണ്ടാക്കുന്നു.

ചില ലഹരി മരുന്നുകൾ ഉദാ: മോളി ഡോപ്പമിനും സിറട്ടോണിനും ഒരുമിച്ച് കൂട്ടുന്നു. അതിന്റെ ഫലമായി ലൈംഗിക അരാജകത്വം ഉണ്ടാവുന്നു. സുരക്ഷിതമല്ലാത്ത വേഴ്ച്ച എച്ച്ഐവി, മഞ്ഞപ്പിത്തം എന്നിവയിലേക്ക് നയിക്കുന്നു.

ആനന്ദം തേടിയുള്ള യാത്ര
പ്രകൃതി ദത്തമായ മാർഗ്ഗങ്ങൾ
കഞ്ചാവും കറുപ്പും
നമ്മുടെ ഉള്ളിൽ തന്നെയുണ്ട്.

വ്യായാമം ആനന്ദം ഉണ്ടാക്കുന്നു.

വ്യായാമം ചെയ്യുമ്പോൾ മൂന്ന് ഹോർമോണുകൾ ഉണ്ടാവുന്നു.

1. ആനന്ദമൈഡ്:-

നല്ല ഭക്ഷണം കഴിക്കുമ്പോൾ നമുക്ക് സന്തോഷം ഉണ്ടാവാൻ കാരണം ആനന്ദമൈഡ് ആണ്. എലികളുടെ തലച്ചോറിൽ ഈ വസ്തു കുത്തിവെയ്ക്കുമ്പോൾ അവയ്ക്ക് മധുരം കൂടുതൽ ആസ്വദിക്കാൻ കഴിയുന്നു. മാരത്തോൺ വ്യായാമം ചെയ്യുമ്പോൾ ആളുകൾക്ക് ഹർഷോന്മാദം വരാൻ കാരണം മറ്റൊന്നും അല്ല. ആനന്ദമൈഡ് പ്രത്യുൽപ്പാദനത്തിനെ സഹായിക്കുന്നു. അത് മാറിലെ കാൻസർ തടയുന്നു. ആനന്ദമൈഡിന്റെ ഉറവിടം ലഹരി വസ്തുക്കൾ, ചോക്കലേറ്റ് എന്നിവയാണ്.

2. എന്റോർഫീൻ:-

ശരീരത്തിൽ വേദനകൾ ഉണ്ടാകുമ്പോൾ ഓപ്പിയത്തിന് സമാനമായ വസ്തുക്കൾ ഉൽപ്പാദിപ്പിക്കപ്പെടുന്നു. ഇവയെയാണ് എന്റോർഫീൻ എന്ന് പറയുന്നത്. നാം മതിമറന്ന് നൃത്തം ചെയ്യുമ്പോൾ, തമാശപറഞ്ഞ് ചിരിക്കുമ്പോൾ എന്റോർഫീൻ ഉണ്ടാവുന്നു. നമ്മുടെ മൂഡ് കൂട്ടുന്നു.

3. ഫിനൈൽ ഈതൈൽ അമീൻ:-

വ്യായാമം ചെയ്യുമ്പോൾ ആംഫിറ്റമിൻ പോലുള്ള വസ്തുവുണ്ടാകുന്നു. ഇത് മൂഡ് കൂട്ടുന്നു. ഉണർവ്വ് ഉണ്ടാകുന്നു.

യോഗ, ധ്യാനം, പ്രാർത്ഥന

വ്യായാമത്തിന്റെ ഒരു വകഭേദമായി യോഗയെ എടുക്കാം.

യോഗയുടെ രഹസ്യങ്ങൾ:-

1. യോഗ ശരീരത്തെ പാരാസിമ്പതറ്റിക്ക് വ്യവസ്ഥയിലേക്ക് നയിക്കുന്നു. നാം ചാരുകസേരയിലിരുന്ന് വിശ്രമിക്കുന്ന അവസ്ഥ നമ്മുടെ ബി.പി. കുറയുന്നു, ശരീരം വിശ്രമം, ദഹനം, എന്നീ പ്രക്രിയകളിൽ മുഴുകുന്നു.

2. യോഗ മെറ്റബോളിസം കൂട്ടുമെന്നാണ് പറയപ്പെടുന്നത്. പക്ഷേ ശാസ്ത്രീയ പഠനങ്ങൾ അത് ശരിവെക്കുന്നില്ല. (മറിച്ച് മെറ്റബോളിസം കുറയാനാണ് സാധ്യത.)

3. യോഗ ശരീരത്തിൽ സിറട്ടോണിൻ, ഡോപ്പമിൻ, എന്റോർഫീൻ, ആനന്ദമൈഡ് എന്നീ വസ്തുക്കൾ ഉണ്ടാക്കുന്നു. ഇവ ആനന്ദം തരുന്നു. നിർവൃതി ഉണ്ടാക്കുന്നു.

4. യോഗ ചെയ്യുമ്പോൾ ശരീരത്തിൽ ഗാബ, ഗ്ലൂട്ടമിൻ എന്നീ ഉത്തേജക വസ്തുക്കൾ ഉണ്ടാവുന്നു.

5. യോഗ പിരിമുറുക്കം തടയുന്നു. കോർട്ടിസോൾ ഉൽപ്പാദനം കുറയുമ്പോൾ ശരീരവും മനസ്സും ശാന്തമാവുന്നു. അങ്ങനെ പ്രമേഹം, ബി.പി, എന്നിവ കുറയുന്നു. സൈക്കോസൊമാറ്റിക് രോഗങ്ങൾ ഇല്ലാതാവുന്നു.

ധ്യാനത്തിന്റെ രഹസ്യം:-

നാം കണ്ണടച്ച് പ്രാർത്ഥിക്കുകയാണ്. അപ്പോൾ മനസ്സ് ഒരു കേന്ദ്ര ബിന്ദുവിൽ ഏകീകരിക്കപ്പെടുന്നു. ബാഹ്യമായ കാര്യങ്ങൾ നാം മറക്കുന്നു. അങ്ങനെയുള്ള അവസ്ഥകളിൽ പിനിയൽ ഗ്രന്ഥികൾ സജീവമാകുകയും മെലട്ടോണിൻ ഉൽപ്പാദനം കൂടുകയും ചെയ്യുന്നു. മെല

ട്ടോണിൻ മൂഡ് കൂട്ടുന്നു. നിദ്രയിലേക്ക് നയിക്കുന്നു. ധ്യാനിക്കുമ്പോൾ, സിറട്ടോണിൻ, എന്റോർഫീൻ, ആനന്ദമൈഡ് എന്നിവ വർദ്ധിക്കുന്നു. ധ്യാനം കോർട്ടിസോൾ കുറക്കുന്നു. മനഃപ്രയാസങ്ങൾ ഇല്ലാതാക്കുന്നു.

മയക്കുമരുന്നിന്റെ കെടുതികൾ

- വിവാഹ മോചനം
- ആത്മഹത്യ
- കൊലപാതകം
- റോഡപകടങ്ങൾ
- ആരോഗ്യപ്രശ്നങ്ങൾ

മയക്കുമരുന്നിന്റെ കെടുതികൾ

ശിഥിലമാവുന്ന കുടുംബ ബന്ധങ്ങൾ:-

മദ്യപാനിക്ക് തന്റെ ഭാര്യയെയും കുട്ടികളെയും ശ്രദ്ധിക്കാൻ അവസരം കിട്ടുന്നില്ല. ജോലി ചെയ്യാത്തതിനാൽ പണത്തിന് ഞെരുക്കം അനുഭവപ്പെടുന്നു. അതിനാൽ ലഹരിക്കുവേണ്ടി ഭാര്യയോട് പണത്തിന് ആവശ്യപ്പെടുന്നു. കിട്ടിയില്ലെങ്കിൽ വീട്ടിൽ കലഹം നടക്കുന്നു. ഭാര്യ കഷ്ടപ്പെട്ട് ഉണ്ടാക്കിയ പണം പോലും അങ്ങനെ കൊള്ളയടിക്കപ്പെടുന്നു.

വിവാഹമോചനം:-

മദ്യപാനിയുടെ ദാമ്പത്യബന്ധം ശിഥിലമാവുന്നു. അയാൾ ഭാര്യയോടൊത്ത് സമയം ചെലവഴിക്കുന്നില്ല. സ്ഥിരമായി അഡിക്ടിന് ലൈംഗികശേഷി കുറയും. അയാൾ ഏതെങ്കിലും സമയത്ത് വീട്ടിലെത്തുന്നു. കിടന്നുറങ്ങുന്നു. അങ്ങനെയിരിക്കുമ്പോൾ പലേ സംശയങ്ങളും അയാളുടെ മനസ്സിൽ ഉടലെടുക്കുന്നു. അങ്ങനെ കുടുംബ വഴക്കുകൾ ഉണ്ടാവുന്നു. ഒടുവിൽ വിവാഹ മോചനത്തിലെത്തുന്നു.

ആത്മഹത്യ:-

മദ്യപാനം ചെറുപ്പക്കാരെ ആത്മഹത്യയിലേക്ക് നയിക്കുന്നു. മയക്കുമരുന്നിന് അടിമയായ കുട്ടിയുടെ പഠിത്തം തകരാറിലാവുന്നു. മെഡിക്കൽ കോളജിൽ പഠിക്കുന്ന കുട്ടിയാണെങ്കിൽ അവൻ ഒരു ക്രോണിക്ക് അഡീഷനലാവുന്നു. അവന്റെ സുഹൃത്തുക്കൾ കോഴ്സ് കഴിഞ്ഞു പോയാലും അവൻ കാമ്പസിൽ ഒരു കാലഹരണപ്പെട്ട നാണയം പോലെ നിലനിൽക്കുന്നു. അവന് വീട്ടിൽ നിന്നുള്ള പിന്തുണ നിലക്കുന്നു. ഈ സമയത്താണ് അവനിൽ വിഷാദരോഗങ്ങൾ തലയുയർത്തുന്നത്. ഒടുവിൽ അവൻ ആത്മഹത്യയിൽ അഭയം കണ്ടെത്തുന്നു.

കൊലപാതകം:-

തിരുവനന്തപുരത്തെ ഒരു ഡോക്ടരുടെ കുടുംബ കഥ സങ്കടകര മാണ്.
അദ്ദേഹം മിടുക്കനായ മകനെ പഠിപ്പിക്കാൻ വിദേശത്ത് അയച്ചു. അവിടെ വെച്ച് അവൻ അച്ഛനെ വിളിച്ച് ധാരാളം പണം കൈക്കലാക്കി. അവന് പ്രശ്നങ്ങളുണ്ടായി. അവൻ ക്രിമിനൽ, സാത്താൻ ഗ്രൂപ്പുകളുമായി സൗഹൃദത്തിലായി. അച്ഛനമ്മമാരെ ആസ്ട്രൽ പ്രൊജക്ഷൻ (ആത്മാവിനെ ശരീരത്തിൽ നിന്ന് വേർപ്പെടുത്തുന്ന താന്ത്രിക വിദ്യ) ചെയ്ത് മോക്ഷം നേടാൻ അവൻ തീരുമാനിച്ചു. അവൻ സ്വന്തം അമ്മയെയും അച്ഛനെയും സഹോദരിയെയും അടിച്ച് കൊന്ന് കത്തിക്കാൻ ശ്രമം നടത്തി. മയക്കുമരുന്ന് കൊലപാതകത്തിലേക്ക് നയിക്കുന്നതിങ്ങനെയാണ്. തിരുവനന്തപുരത്ത് ഒരച്ഛൻ നിത്യശല്യക്കാരനായ, മയക്കുമരുന്നിന് അടിമയായ മകനെ കഴുത്തറുത്ത് കൊന്ന ശേഷം തൂങ്ങി മരിച്ചു.

റോഡപകടങ്ങൾ:-

മദ്യപിച്ചുള്ള റോഡപകടങ്ങൾ പെരുകുകയാണ്. മദ്യപിക്കുമ്പോൾ വേഗം കൂടുകയും അമിതമായ ആത്മവിശ്വാസം ഉണ്ടാവുകയും ചെയ്യുന്നു. ശ്രദ്ധക്കുറവ് കാരണം പെട്ടെന്ന് തീരുമാനമെടുക്കാൻ കഴിയാതെ വരുമ്പോൾ അപകടം ഉണ്ടാവുന്നു. കഞ്ചാവ്, മരിജുവാന തുടങ്ങിയ മരുന്നുകൾ തലച്ചോറിന്റെ സെറിബെല്ലം, ബേസൽ ഗാംഗ്ളിയ എന്നീ ഭാഗങ്ങളെ ബാധിക്കുന്നു. അങ്ങനെ ഒരു വ്യക്തിയുടെ ബാലൻസ്, നിയന്ത്രണം, പ്രതികരണ സമയം എന്നിവയെ തകരാറിലാക്കുന്നു. അടുത്തുള്ള ദൃശ്യങ്ങൾ ദൂരെയായി തോന്നിക്കുന്നു. പെട്ടെന്ന് ബ്രേക്ക് ചവിട്ടാൻ മറന്നു പോകുന്നു. അങ്ങനെ അപകടത്തിൽ ചെന്ന് ചാടുന്നു. ഇയ്യിടെ വടകരയിൽ ഒരു അപകടത്തിൽ മരിച്ച രണ്ടുപേരുടെ പോക്കറ്റിൽ നിന്ന് പോലീസ് കഞ്ചാവ് കണ്ടെടുക്കുകയുണ്ടായി. അതേപോലെ ഡക്സോ മെത്തോർഫീൻ അടങ്ങിയ ചുമ മരുന്നുകൾ ഓടിക്കുന്ന ആളുകളെ മയക്കത്തിലേക്ക് നയിക്കുന്നു. അങ്ങനെ അപകടത്തിൽപ്പെടുന്നു.

ലഹരി പിടുത്തം കേരളത്തിൽ

നമ്മുടെ കുട്ടികൾ പലരും മദ്യത്തിന്റെ രുചി അറിഞ്ഞവരാണ്. 2014ൽ ബാർ അടച്ചപ്പോൾ കുഞ്ഞു മദ്യപാനികൾ ബുദ്ധിമുട്ടി. അവരുടെ നോട്ടം ലഹരിമരുന്നുകളിലേക്കായി. ലഹരിമരുന്നുപയോഗം മൂന്നിരട്ടിയായി. കഞ്ചാവ് ഉപയോഗം വ്യാപകമായി. ചില സ്‌ക്കൂൾ പരിസരങ്ങളിൽ കഞ്ചാവ് ചെടികൾ വളരുന്നത് കണ്ടെത്തിയിട്ടുണ്ട്. ടെറസ്സുകളിൽ പോലും കഞ്ചാവ് വളരുന്നുണ്ട്. 2016ൽ എക്സൈസ് ഡിപ്പാർട്ട്മെന്റ് 1,51,273 റെയിഡുകൾ നടത്തുകയും 2,085 കേസുകൾ രജിസ്റ്റർ ചെയ്യുകയും ചെയ്തിട്ടുണ്ട്.

ഓരോ ദിവസത്തെയും പത്രം എടുത്തു നോക്കുക. കഞ്ചാവ് മാത്രമല്ല, ഹഷീഷ് ഓയിൽ, ഗാട്ട് ഇലകൾ, ആംഫിറ്റമിൻ, കീറ്റമിൻ, എം.ഡി.എം.എ, എൽ.എസ്.ഡി.എന്നിവയെല്ലാം ഇവിടെ എത്തുന്നുണ്ട്.

നവംബർ 17 മനോരമ (2017). പുതുവർഷത്തിന് ഉഗ്രശേഷിയുള്ള എൽ. എസ്.ഡി. യുമായി യുവാവ് പിടിയിൽ.

നേപ്പാളിൽ നിന്ന് കൊണ്ടുവന്ന ഗ്രാമിന് 10,000 രൂപ വിലയുള്ള ക്രിസ്റ്റൽ രൂപത്തിലുള്ള 163 ഗ്രാം എൽ.എസ്.ഡിയാണ് പോലീസ് പിടികൂടിയത്. ഹോളണ്ടിൽ നിന്ന് ഓർഡർ ചെയ്താണ് ഇവ ഇന്ത്യയിൽ എത്തിക്കുന്നത്. ഓൺലൈൻ വഴി ഓർഡർ എടുത്താൽ നേപ്പാളിലോ ബാംഗ്ളൂരിലോ എത്തിക്കും. പിടികൂടിയത് മെക്കാനിക്കൽ എഞ്ചിനീയറെയാണ്.

വിദ്യാർത്ഥികൾക്ക് കഞ്ചാവ് വില്പന ദേശീയ പഞ്ചഗുസ്തി താരം അറസ്റ്റിൽ. പഞ്ചഗുസ്തിയിൽ ദേശീയ റണ്ണർ അപ്പ് ആയ ഇയാൾ ലോക മത്സരത്തിൽ പങ്കെടുക്കാൻ പണം കണ്ടെത്താനാണ് കഞ്ചാവ് വില്പന നടത്തിയതെന്ന് പോലീസിനോട് പറഞ്ഞത്.

മാതൃഭൂമി നവംബർ 20 (2017)

ലക്ഷങ്ങൾ വിലമതിക്കുന്ന എം.ഡി. എന്നറിയപ്പെടുന്ന മെഥിലിൻ ഡയോക്സി ആംഫിറ്റമിൻ പിടികൂടി. 24 പാക്കറ്റുകളായി 16 ഗ്രാം മയക്കുമരുന്ന് ഇയാളിൽ നിന്ന് കണ്ടെടുത്തു. മുംബെയിൽ നിന്നാണ് മയക്കുമരുന്ന് കൊണ്ട് വന്നത്. ഗോവയിലെ ബീച്ചുകൾ കേന്ദ്രീകരിച്ചുള്ള പാർട്ടികളിലാണ് വ്യാപകമായി ഉപയോഗിക്കുന്നത്. ചെറിയ അളവിന് പോലും വലിയ വിലയുള്ളതിനാൽ ഉന്നതരാണ് ഇത് ഉപയോഗിക്കുന്നത്. മൂക്കിലൂടെ വലിച്ചാണ് മയക്കുമരുന്ന് ശരീരത്തിനകത്താക്കുന്നത്.

മാതൃഭൂമി. നാദാപുരം കേന്ദ്രീകരിച്ച് മയക്കുമരുന്ന് ലോബി സജീവം.

കഴിഞ്ഞ ദിവസം കായപ്പനിച്ചിയിൽ നിന്ന് കഞ്ചാവുമായി ഒരു അറുപത് വയസ്സുകാരനെ പിടികൂടിയിരുന്നു. ഇതര സംസ്ഥാന തൊഴിലാളികൾ മുഖേനയാണ് നാദാപുരം മേഖലയിൽ മയക്ക് മരുന്ന് എത്തുന്നത്. സ്കൂൾ, കോളേജ് എന്നിവ കേന്ദ്രീകരിച്ച് വില്പന നടത്തുന്ന നിരവധി സംഘങ്ങൾ മേഖലയിൽ പ്രവർത്തിക്കുന്നുണ്ട്. നാദാപുരം പോലീസ് *അരുത് ചങ്ങാതി* എന്ന പേരിൽ മയക്കുമരുന്നിനെതിരെ ക്യാംപയിൻ ആരംഭിച്ചിട്ടുണ്ട്.

ലഹരിയുടെ ഉറവിടം

ഒരു കാലത്ത് കഞ്ചാവ് കൃഷി വ്യാപകമായി നടന്നിരുന്നത് ഇടുക്കിയിലായിരുന്നു. ഇന്നത് ആന്ധ്രയിലെ സിലിഗിരിയിലാണ് നടക്കുന്നത്, അതേ പോലെ ഒറീസ്സയിലും. ഇവിടെ നിന്ന് അന്യസംസ്ഥാന തൊഴിലാളികളെ ഉപയോഗിച്ച് കടത്തിക്കൊണ്ടുവരികയാണ് ചെയ്യുന്നത്.

കറുപ്പ് അഥവാ ഓപ്പിയം വരുന്നത് പശ്ചിമ ബംഗാളിലെ ജാലംഗിയിൽ നിന്നാണ്.

കേരളത്തിലേക്ക് വരുന്ന ഒ.ടി.സി. മരുന്നുകളും കുറിപ്പടി മരുന്നുകളും വരുന്നത് മൈസൂരിലെ മെഡിക്കൽ ഷോപ്പുകളിൽ നിന്നാണ്.

കൊച്ചി നഗരം അന്തർദേശീയ മയക്കുമരുന്ന് മാഫിയയുടെ പിടിയിലകപ്പെട്ട് കഴിഞ്ഞു. തെക്കേ അമേരിക്കയിൽ നിന്ന് വരുന്ന മയക്കുമരുന്നുകൾ കൊച്ചിയിലെത്തിച്ച് അത് ആഫ്രിക്ക, തുടങ്ങിയ സ്ഥലങ്ങളിലേക്ക് കടത്തുന്നു. ദിവസേന അന്താരാഷ്ട്ര വിമാനത്താവളത്തിൽ വിദേശികൾ പ്രത്യേകിച്ചും ആഫ്രിക്കക്കാർ മരുന്ന് കടത്തുന്നുണ്ട്. എഫഡ്റിൻ, കഞ്ചാവ്, കറുപ്പ് എന്നിവ പിടിക്കപ്പെടുന്നുണ്ട്. അമൃതസർ കഴിഞ്ഞാൽ ലഹരി ഉപയോഗത്തിൽ ഏറ്റവും മുമ്പിൽ കൊച്ചി തന്നെയാണ് എന്ന് ശ്രീ. ഋഷിരാജ് സിംഗ് പറയുന്നു. കൊച്ചിയിൽ നിന്ന് ഈയ്യിടെ പിടിക്കപ്പെട്ട ആഫ്രിക്കക്കാർ കുപ്രസിദ്ധമായ ബൊളീവിയൻ കാർട്ടൽ എന്ന മയക്കുമരുന്ന് സംഘടനയുടെ കണ്ണികളാണ്.

ന്യൂ ജനറേഷൻ മരുന്നുകൾ വരുന്നതു കൊറിയർ വഴിയാണ്. നെറ്റ് മുഖേന ചില പ്രത്യേക സൈറ്റുകളിൽ ബന്ധപ്പെട്ടാൽ വിദേശത്ത് മാത്രം കിട്ടുന്ന ക്ലബ് മരുന്നുകൾ കിട്ടുന്നു.

ശ്രീ. ഋഷിരാജ് സിംഗ് പറയുന്നു.

എൻ.സി.ആർ.ബിയുടെ കണക്കുകൾ പ്രകാരം പഞ്ചാബ്, ഉത്തർപ്രദേശ് എന്നിവ കഴിഞ്ഞാൽ ഏറ്റവും കൂടുതൽ ലഹരി ഉപയോഗിക്കുന്നത് കേരളമാണ്. ലഹരി ഉപയോഗിക്കുന്ന നഗരങ്ങളിൽ ഒന്നാം സ്ഥാനത്ത് നിൽക്കുന്നത് അമൃതസറും രണ്ടാം സ്ഥാനത്ത് കൊച്ചിയുമാണ്. ലഹരിയുടെ ഏറ്റവും വലിയ ഇരകൾ 10നും 18 നും ഇടയിലുള്ള കുട്ടികളാണെന്ന് കാണാം. 70 ശതമാനം കുട്ടികളും ഒരിക്കലെങ്കിലും പുകയില ഉപയോഗിച്ചിട്ടുണ്ടെന്ന് കാണാം. 2016 ജനവരി 1 മുതൽ ഡിസംബർ 31 വരെ എക്സൈസ് വകുപ്പിൽ അബ്കാരി, നാർക്കോട്ടിക് കേസുകളിലായി 24,772 പേർ അറസ്റ്റിലായിട്ടുണ്ട്.

ലഹരി ദുരുപയോഗം തടയണമെങ്കിൽ രക്ഷിതാക്കന്മാരുടെയും അദ്ധ്യാപകരുടെയും പൂർണ്ണമായ സഹകരണം വേണം. സ്കൂളുകളിൽ ഈ പറഞ്ഞ വസ്തുക്കൾ കൊണ്ടു വരുന്നതും തടയണം. എന്തെങ്കിലും സംശയങ്ങൾ ഉണ്ടാകുകയാണെങ്കിൽ എക്സൈസ് വകുപ്പിനെ അറിയിക്കണം. മെഡിക്കൽ ഷോപ്പുകളിൽ നിന്ന് മരുന്ന് ചീട്ടില്ലാതെ കിട്ടുമെന്ന് മനസ്സിലായതോടെ എല്ലാ മെഡിക്കൽ സ്റ്റോറിലും എക്സൈസ് വകുപ്പ് പരിശോധന തുടങ്ങിയിട്ടുണ്ട്. സ്കൂൾ പരിസരത്ത് 100 യാർഡ് പരിധിക്കുള്ളിൽ പുകയിലയും പുകയില ഉല്പന്നങ്ങളും വിൽക്കാൻ പാടില്ല. ഈ പരിധി കൂട്ടാൻ സർക്കാരിനോട് ആവശ്യപ്പെട്ടിട്ടുണ്ട്.

നമ്മുടെ രാജ്യത്തെ ആത്മഹത്യാനിരക്ക് കൂടാൻ ഒരു കാരണം ലഹരി വസ്തുക്കളുടെ ഉപയോഗമാണ്.

ലഹരി ഉപയോഗിക്കുന്നവർ മൂന്നുതരത്തിലുണ്ട്.

1. വല്ലപ്പോഴും ഉപയോഗിക്കുന്നവർ.
2. ഇടവിട്ടുള്ള ദിവസങ്ങളിൽ.
3. ലഹരിക്ക് പൂർണ്ണമായും അടിമപ്പെട്ടവർ.

ലഹരിക്കെതിരെ ബോധവല്ക്കരണം പ്രധാനമാണ്. എക്സൈസ് വകുപ്പ് എല്ലാ കോളേജിലും ലഹരി വിരുദ്ധ ക്ലാസുകൾ നടത്തുന്നുണ്ട്. ലഘുലേഖകൾ, പോസ്റ്ററുകൾ, ചെറുഫിലിമുകൾ എന്നിവയും ഉപയോഗപ്പെടുത്തിവരുന്നു. കേരളത്തിൽ 98.4 ലക്ഷം ആളുകൾ ലഹരി ഉപയോഗിക്കുന്നു എന്ന് കണക്കുകൾ പറയുന്നു. ലഹരി വിമുക്ത കേന്ദ്രങ്ങൾ നമ്മുടെ നാട്ടിൽ കുറവാണ്. ലൈസൻസുള്ള മൂന്ന് സർക്കാരിതര ലഹരി വിമുക്തി കേന്ദ്രങ്ങൾ മാത്രമേ കേരളത്തിൽ ഉള്ളൂ. ഈ മൂന്നിലും കൂടി 49 പേരെ മാത്രമേ ചികിത്സിക്കാൻ കഴിയൂ. ലഹരി ഉപയോഗം തടയാൻ കുട്ടികളുടെ മാനസിക പിരിമുറുക്കങ്ങൾ തടയണം. അവരുടെ അഭിരുചികൾ പ്രോത്സാഹിപ്പിക്കണം.

നിങ്ങളുടെ കുട്ടികളുടെ സ്വഭാവങ്ങൾ നിരീക്ഷിക്കുക. അവൻ ലഹരിക്ക് അടിമയായിട്ടുണ്ടോ?

1. ദൈനംദിന കാര്യങ്ങളിൽ താൽപര്യം നഷ്ടപ്പെടുക.
2. വിശപ്പ് കുറയുക, തൂക്കം കുറയുക.
3. ഏകാന്തത ഇഷ്ടപ്പെടുക, വളരെ സമയം കുളിമുറിയിലോ, കക്കൂസിലോ ചെലവഴിക്കുക.
4. വീടുകളിൽ ലഹരിയുടെ പാക്കറ്റുകൾ (ഉദാ: ഹൻസ്, സിറിഞ്ചുകൾ എന്നിവ കാണുക)
5. ഓർമ്മശക്തിയും ശ്രദ്ധയും കുറയുക.
6. കണ്ണുകൾ ചുവക്കുക (കഞ്ചാവ് അഡിക്ടിന്റെ ലക്ഷണം), കാഴ്ച മങ്ങുക, അസ്പഷ്ടമായ സംസാരം.
7. ശരീരത്തിൽ സൂചിപ്പാടുകൾ, രക്തക്കറ.
8. മനംപിരട്ടൽ, ഛർദ്ദി, ശരീരവേദന.
9. മയക്കവും ഉറക്കില്ലായ്മയും.
10. വീട്ടിൽ നിന്ന് സാധനങ്ങളോ, പണമോ കാണാതാവുക.
11. കഠിനമായ ഉൽകണ്ഠ, അതിയായ വിശപ്പ്, മാറി മാറി വരുന്ന മാനസികാവസ്ഥ, വൈകാരിക നിസ്സംഗത, പ്രകോപനം കൂടാതെയുള്ള ക്ഷോഭപ്രകടനങ്ങൾ. നിങ്ങളുടെ കുട്ടിയെ എപ്പോഴും നിരീക്ഷിക്കുക, കുട്ടിയുടെ സ്വഭാവമാറ്റങ്ങൾ ശ്രദ്ധിക്കുക.

ലഹരിക്കെതിരെ ബോധവല്ക്കരണം.

ലഹരിമരുന്ന് മാഫിയ കേരളത്തിൽ പിടിമുറുക്കുകയാണ്. ലഹരി വില്പന സംഘങ്ങൾ ആദ്യമായി പിടികൂടുക സ്കൂൾ കുട്ടികളെയാണ്. ആയതിനാൽ ആദ്യം ബോധവൽക്കരിക്കേണ്ടത് സ്കൂൾ കുട്ടികളെയാണ്. കോട്ടയത്ത് തുടങ്ങി പിന്നീട് പല ജില്ലകളിൽ പ്രാവർത്തികമാക്കിയ ഓപ്പറേഷൻ ഗുരുകുല സംസ്ഥാനത്തിന് ഒരു മാതൃകയാണ്. കേരളത്തിലെ സ്കൂളുകളിൽ പുകയില ഉപയോഗം, ഹാൻസ്, പാൻപരാഗ് എന്നിവയുടെ ഉപയോഗം വളരെ വ്യാപകമാണ്. കണ്ണൂർ മെഡിക്കൽ കോളേജിലെ പഠനമനുസരിച്ച് 70 ശതമാനം കുട്ടികളും 15 വയസ്സിൽ തന്നെ പുകയില ഉപയോഗിച്ച് തുടങ്ങിയതായി കണ്ടിട്ടുണ്ട്. ഇതേ അഭിപ്രായമാണ് ആർ.സി.സിയും പ്രകടിപ്പിക്കുന്നത്. അതേ പോലെ കഞ്ചാവ് ഉപയോഗവും അധികമായി വരുന്നു. മയക്കുമരുന്ന് ഗുളികകളായ വാലിയം, നൈട്രാസെസ്പാം എന്നിവയും കുട്ടികൾക്കിടയിൽ പ്രചാരം നേടി വരികയാണ്. പെൺകുട്ടികളിൽ മൂക്കിൽ വലിക്കുന്ന മരുന്നുകൾ പ്രചാരം നേടുകയാണെന്ന് ഡോ: സുരേഷ്കുമാർ പറയുന്നു. ലയൺസ് ക്ലബ്ബിന്റെ ആഭിമുഖ്യത്തിൽ ലഹരി വിരുദ്ധ ബോധവല്ക്കരണ പരിപാടിയായ *ഉണർവ്വ്* നല്ല ഫലം ചെയ്തിട്ടുണ്ട്. സംസ്ഥാന സർക്കാറിന്റെ ലഹരി വർജ്ജന മിഷന്റെ ആഭിമുഖ്യത്തിൽ *വിമുക്തി* എന്ന പേരിൽ വ്യാപകമായ ബോധവൽക്കരണം നടത്തുന്നു.

ലഹരി ചികിത്സ

ലഹരി വസ്തുക്കൾ മനുഷ്യന്റെ മസ്തിഷ്കത്തിന്റെ രസതന്ത്രം മാറ്റുന്നു. അവരുടെ തലയിൽ വലിയ അളവിൽ ഡോപ്പമിൻ ഉണ്ടാവുന്നു. നാം നല്ല കാര്യങ്ങൾ ചെയ്യുമ്പോഴും ഡോപ്പമിൻ ഉണ്ടാവും. പക്ഷേ അത് ചെറിയ അളവിലേ ഉണ്ടാകുകയുള്ളൂ. അങ്ങനെയുള്ള ഡോപ്പമിൻ തലച്ചോർ റീസൈക്കിൾ ചെയ്യുന്നു. അതിനാൽ ഡോപ്പമിൻ നഷ്ടപ്പെടുന്നില്ല. മയക്കുമരുന്നുകൾ പത്തിരട്ടി അളവിൽ ഡോപ്പമിൻ പുറത്ത് കൊണ്ടുവരുന്നു. ഇവിടെ റീസൈക്ലിംഗ് നടക്കുന്നില്ല. അങ്ങനെ ഒരു റാപ്പിഡ് ഫയറിംഗ് നടക്കുന്നു. ഇങ്ങനെയുള്ള ആളുകൾക്ക് മയക്കുമരുന്നിനോട് ആസക്തി വന്നു കഴിഞ്ഞു. അതില്ലാതെ ജീവിക്കാൻ പറ്റാത്ത അവസ്ഥ വന്നു withdrawl symptom. അതിനാൽ ആസക്തി മാറ്റണമെങ്കിൽ ലഹരിമുക്ത ചികിത്സ വേണം. കേരളത്തിൽ ഒമ്പത് ഡീഅഡിക്ഷൻ സെന്ററുകളാണ് ഉള്ളത്. 10 ലഹരി വിമുക്ത കേന്ദ്രങ്ങൾ തുടങ്ങാൻ സർക്കാൻ ശ്രമിക്കുന്നു.

ലഹരി വിമുക്ത ചികിത്സ ഒരു ടീം വർക്കാണ്

സൈക്യാട്രിസ്റ്റ്

ക്ലിനിക്കൽ സൈക്കോളജിസ്റ്റ്

സൈക്യാട്രിക് സോഷ്യൽ വർക്കർ

സൈക്യാട്രിക് ജി.എൻ.എം. നഴ്സ്

ഇങ്ങനെയുള്ള ഒരു ടീം നിർബന്ധമാണ്.

കേരളത്തിൽ ലഹരി വിമുക്ത കേന്ദ്രങ്ങളിൽ ആകെ 64 മാനസിക രോഗ വിദഗ്ദ്ധന്മാർ മാത്രമേ ഉള്ളൂ. പീഡിയാട്രിക് സൈക്യാട്രിസ്റ്റുകൾ കുറവാണ്. കേരളത്തിൽ എഴുപതിലേറെ സർക്കാരിതര മാനസികാരോഗ്യ കേന്ദ്രങ്ങളുണ്ടെങ്കിലും മെന്റൽ ഹെൽത്ത് അതോറിറ്റിയുടെ ലൈസൻസുള്ളവ കുറവാണ്.

ഡീഅഡിക്ഷൻ ചികിത്സ മേൽപറഞ്ഞ ടീമിന്റെ കൂട്ടായ്മയിൽ നടത്തേണ്ട താണ്. അഡ്മിറ്റാക്കേണ്ടവരെ കിടത്തി ചികിത്സിക്കേണ്ടി വരും. മരുന്നുകളോടൊപ്പം കൗൺസിലിംഗും സ്നേഹത്തോടെയുള്ള സമീപനവും ആവശ്യമാണ്. ലഹരി ഉപയോഗം മൂലമുണ്ടായ മാനസിക വൈകല്യങ്ങൾക്ക് പ്രത്യേകം പരിചരണം ആവശ്യമാണ്. സാധാരണ ഡോക്ടർമാർക്ക് ട്രെയിനിംഗ് കൊടുത്ത് ലഹരി വിമുക്ത ചികിത്സയിൽ

പ്രാവീണ്യം ഉണ്ടാക്കണം. എന്നാൽ മാത്രമേ ഈ വലിയ വിപത്തിനെ നമുക്ക് നേരിടാൻ കഴിയുകയുള്ളൂ.

ലഹരി ഭീഷണി തടയാൻ പോലീസ്

മയക്കുമരുന്ന് തടയാൻ ഷാഡോ പോലീസും സഹായിക്കുന്നു. ഏതെങ്കിലും ഒരു ഡ്രഗ് കടത്തുന്നയാളെ കസ്റ്റഡിയിലെടുത്താൽ പോലീസ് അവരെ സ്ഥിരമായി സമീപിക്കാറുള്ള ചെറുപ്പക്കാരുടെ ലിസ്റ്റ് തയ്യാറാക്കി ആ പ്രദേശത്തുള്ള ഡ്രഗ് അഡിക്റ്റുകളെക്കുറിച്ച് മനസിലാക്കുന്നു. പിന്നെ അഡിക്റ്റുകളുടെ രക്ഷിതാക്കന്മാരോട് ചർച്ച ചെയ്ത് അവരെ ഡീഅഡിക്ഷൻ സെന്ററുകളിൽ എത്തിക്കുന്നു.

അഡിക്ഷൻ എങ്ങനെയാണ് ഉണ്ടാവുന്നത്?

നാം വ്യായാമം ചെയ്യുമ്പോൾ
നല്ല ഭക്ഷണം കഴിക്കുമ്പോൾ
കാഴ്ചകൾ കാണുമ്പോൾ
പ്രഭാത സവാരി നടത്തുമ്പോൾ
ഒരു സമ്മാനം സ്വീകരിക്കുമ്പോൾ
ഒരു നല്ല വർത്തമാനം കേൾക്കുമ്പോൾ

തലച്ചോറിൽ ഡോപ്പമിൻ കൂടുന്നു. ഇത് റിവാർഡ് സിസ്റ്റത്തിനെ ഉത്തേജിപ്പിച്ച് സന്തോഷം ഉണ്ടാക്കുന്നു. എന്നാൽ മയക്കുമരുന്ന് ഉപയോഗിക്കുന്ന അവസരത്തിൽ ഡോപ്പമിൻ 10 ഇരട്ടി അളവിൽ ഉണ്ടാകുന്നു. അതായത് ഡോപ്പമിൻ പ്രളയം. ലഹരി മരുന്ന് റിവാർഡ് സിസ്റ്റത്തെ ഹൈജാക്ക് ചെയ്യുന്നു.

ഉന്മാദം. ഹർഷോന്മാദം Ecstsay..!!

ഈ അവസ്ഥ മാറ്റുവാൻ തലച്ചോറ് തയ്യാറെടുക്കുന്നു.

തലച്ചോറ് സി.ആർ ഇ.ബി. (CREB). പ്രോട്ടീൻ ഉല്പാദിപ്പിക്കുന്നു.
ഇത് ഡോപ്പമിൻ റിലീസ് നിർത്തിവെക്കുന്നു.
റിവാർഡ് സിസ്റ്റം താല്ക്കാലികമായി നിർത്തപ്പെടുന്നു.
രോഗിക്ക് മുമ്പ് കഴിച്ച അളവിൽ ആനന്ദം കിട്ടാതെ വരുന്നു.
പക്ഷേ രോഗിക്ക് സന്തോഷം വേണം.

അതിനാൽ അവൻ കൂടുതൽ മയക്കുമരുന്ന് കഴിച്ച് സി.ആർ.ഇ.ബി.യുടെ വിലക്ക് നേരിടുന്നു. അങ്ങനെയാണ് ഡ്രഗ് അഡിക്ഷൻ ഉണ്ടാവുന്നത്. മരുന്നില്ലാതെ തലച്ചോറിന് പ്രവർത്തിക്കാൻ പറ്റാത്ത അവസ്ഥ.

സംസ്ഥാനത്തെ മാതൃകാ ലഹരി വിമുക്തി കേന്ദ്രം കിനാലൂരിൽ വരുന്നു

സംസ്ഥാന എക്സൈസ് വകുപ്പ് നടപ്പാക്കുന്ന *വിമുക്തി* ലഹരി വർജന ക്യാംപയിന്റെ ജില്ലാതല അവലോകനയോഗത്തിൽ എക്സൈസ് മന്ത്രി ശ്രീ. ടി.പി.രാമകൃഷ്ണൻ പറഞ്ഞതാണിത്. കേന്ദ്ര ഗവൺമെന്റിന്റെ സഹായത്തോടെ പത്തേക്കർ ഭൂമിയിലാണ് ഈ ലഹരി വിമുക്തകേന്ദ്രം സ്ഥാപിക്കുക. ലഹരി വിമുക്ത സന്ദേശം പ്രചരിപ്പിക്കുന്നതിന്റെ ഭാഗമായി എല്ലാ വീടുകളിലും അതുമായി ബന്ധപ്പെട്ട സ്റ്റിക്കർ പതിക്കാൻ തീരുമാനിച്ചിട്ടുണ്ട്. കുടുംബശ്രീ സഹകരണത്തോടെയാണ് ഇത് നടപ്പാക്കുക. എൽ.എസ്.ഡി. സ്റ്റാമ്പ് ഉൾപ്പെടെ വിവിധതരം മാരകമരുന്നുകൾ ഉപയോഗിക്കുന്ന പ്രായ പൂർത്തിയാവാത്ത കുട്ടികളുടെ എണ്ണം വർദ്ധിക്കുന്നതായി ജില്ലാ ശിശു സംരക്ഷണ സമിതി ഓഫീസർ ശ്രീമതി ഷീബാ മുംതാസ് പറഞ്ഞു. ലഹരി വിമുക്ത ചികിത്സ ആവശ്യമായ ധാരാളം കുട്ടികൾ ശിശുസംരക്ഷണ സമിതിയുടെ പരിഗണയിൽ വരാറുണ്ട്. മുതിർന്നവരെ ചികിത്സിക്കുന്ന സ്ഥലത്ത് ഇത്തരം കുട്ടികളെ പ്രവേശിപ്പിക്കുന്നത് ക്ലേശകരമാണെന്ന് അവർ കൂട്ടിച്ചേർത്തു. പുതുതായി കിനാലൂരിൽ വരുന്ന മാതൃകാ ലഹരി വിമുക്ത കേന്ദ്രത്തിൽ പീഡിയാട്രിക് വാർഡ് തുടങ്ങുമെന്ന് മന്ത്രി പറഞ്ഞു.

അഡിക്ഷൻ ചികിത്സാ രീതികൾ

ഒരു മരുന്നിനോടുള്ള കടുത്ത ആസക്തിയെയാണ് അഡിക്ഷൻ എന്ന് പറയുന്നത്. മരുന്ന് അമിതമായി കഴിച്ചാലുള്ള ഭവിഷ്യത്തുകളെകുറിച്ച് അയാൾക്ക് അറിയാമെങ്കിലും അത് നിർത്താൻ അയാൾക്ക് കഴിയുന്നില്ല. ചില അവസരങ്ങളിൽ അഡിക്ഷൻ ഏറെക്കാലം നില്ക്കും. (chronic Addiction) ചിലപ്പോൾ രോഗി മരുന്ന് തീർത്തും ഒഴിവാക്കും. അത് കഴിഞ്ഞ് പിന്നെയും തുടങ്ങുകയായി. അങ്ങനെയുള്ള അവസരങ്ങളിൽ തുടർ ചികിത്സയും ഫോളോ അപ്പും വേണം.

മരുന്ന് ഉപയോഗം കഴിയുമെങ്കിൽ പൂർണമായും നിർത്തണം. രോഗിയുടെ ജീവിതം ഏതാണ്ട് സാധാരണ പോലെ ആക്കണം. രോഗം മൂലം വ്യക്തിക്കും സമൂഹത്തിനും ഉണ്ടാകുന്ന പ്രയാസങ്ങൾ ലഘൂകരിക്കണം. ഒന്നുകിൽ മയക്കുമരുന്ന് പൂർണമായും നിർത്തുക. അതല്ലെങ്കിൽ നിയന്ത്രിക്കുക. അതുമല്ലെങ്കിൽ അതേ വകുപ്പിൽപ്പെട്ട മറ്റൊരു മരുന്ന് കൊടുത്ത് ലഹരിയെ നിയന്ത്രണ വിധേയമാക്കുക. അതുമല്ലെങ്കിൽ (ഉദാ. opiate replacement therapy). US ചികിത്സാരീതി പ്രകാരം മയക്കുമരുന്ന് ഉപയോഗം തീരെയും നിർത്തുകയാണ് ചെയ്യുന്നത്. എന്നാൽ യൂറോപ്യൻ രീതി അനുസരിച്ച് മരുന്ന് മുഴുവനായും നിർത്തുന്നില്ല. അളവ് കുറക്കുന്നു. അപകടകരമായ മരുന്ന് കുത്തിവെപ്പുകൾ ഒഴിവാക്കി, വായിൽകൂടി മരുന്ന് കൊടുക്കുന്ന രീതി പരീക്ഷിക്കുന്നു. അതോടൊപ്പം രോഗമുണ്ടാക്കുന്ന സാഹചര്യങ്ങൾ മാറ്റിയെടുക്കുന്നു. (ഉദാ: വിഷാദ രോഗമുള്ളവരെ ചികിത്സിച്ച് മാറ്റുന്നു.)

റസിഡൻഷ്യൽ (നോൺ ക്ലിനിക്കൽ മെത്തേഡ്). ഇവിടെ സി.ബി.ടി. ആണ് പ്രയോഗിക്കുന്നത്. (വിശദാംശങ്ങൾ പുറകെ).

മറ്റ് ക്ലിനിക്കൽ മാർഗ്ഗങ്ങൾ:-

12 സ്റ്റെപ്പ് ഉള്ള റിക്കവറി പ്രോഗ്രാം.

ആൽക്കഹോൾ അനോനിമസ്

നാർക്കോട്ടിക് അനോനിമസ് (കൂട്ടായ്മ ചികിത്സാ)

റസിഡൻഷ്യൽ ചികിത്സ കുറേ കൂടി ഗൗരവമുള്ള രോഗികൾക്ക് വേണ്ടിയാണ്. സാധാരണ ഗതിയിൽ ഒ.പി. ചികിത്സയാണ് നല്കുക. ഒറ്റയ്ക്കും കൂട്ടമായും കൗൺസലിംഗ് ചെയ്യുന്നു.

മരുന്ന് ചികിത്സ:-

ലഹരി പെട്ടെന്ന് നിർത്തിയാലുണ്ടാകുന്ന പ്രയാസങ്ങൾ നേരിടാൻ (withdrawl) മരുന്നുകൾ കൊടുക്കുന്നു.

മദ്യം	- ബൻസോഡയാസപ്പിൻസ്
ഫിനോ ബാർ ബിറ്റുകൾ	- ഗാബാ പെന്റിൻ, വാൽ പ്രോയേറ്റ് (അപസ്മാര മരുന്നുകൾ)
സ്റ്റിമുലന്റ് മരുന്നുകൾ	- ബാക്ലോഫൻ
കറുപ്പ്	- മെത്തഡോൺ.

ഇതോടൊപ്പം ബിഹേവിയർ തെറാപ്പിയും ആവശ്യമാണ്.

കോഗ്നിറ്റീവ് ബിഹേവിയർ തെറാപ്പി (CBT)

ഒരു രോഗിയുടെ ബുദ്ധിമുട്ടിന് കാരണമായ ചിന്തകളും സ്വഭാവങ്ങളും കണ്ടെത്തുക. അവ മാറ്റിയെടുക്കുക.

പല രോഗങ്ങൾക്കും ഗുണം ചെയ്യും:-

1. ഉറക്കത്തിന്റെ പ്രശ്നങ്ങൾ.
2. മനുഷ്യബന്ധങ്ങളിലുള്ള പ്രശ്നങ്ങൾ.
3. മയക്കുമരുന്ന് ഉപയോഗം
4. ഉൽക്കണ്ഠ.
5. വിഷാദരോഗം.

രോഗിയുടെ നിലപാടുകളും

സ്വഭാവങ്ങളും മാറ്റിയെടുക്കാം:-

അയാളെ ഈ രോഗത്തിലേക്ക് നയിച്ച ചിന്തകൾ, മനോദൃശ്യങ്ങൾ, വിശ്വാസങ്ങൾ, നിലപാടുകൾ എന്തെന്ന് കണ്ടെത്തുക. (ഇതിനെയാണ് കോഗ്നീഷൻ എന്ന് പറയുന്നത്. കോഗ്നീഷൻ തലച്ചോറിന്റെ ഇൻഫർമേഷൻ ടെക്നോളജി ആണ്).

ഈ പ്രോഗ്രാം തീരെ ചെറുതാണ്, 5 മുതൽ 10 മാസം വരെ നീണ്ടു നില്ക്കും. ആഴ്ചയിൽ ഒരു സെഷൻ. ഓരോ സെഷനും 50 മിനുട്ട് മാത്രം. ഈ സെഷനിൽ തെറാപ്പിസ്റ്റും രോഗിയും ഒരുമിച്ച് ജോലി ചെയ്ത് എന്താണ് പ്രശ്നങ്ങൾ എന്ന് കണ്ടെത്തുകയും അത് തരണം ചെയ്യാനുള്ള വഴികൾ ആരായുകയും ചെയ്യുന്നു.

കോഗ്നിറ്റീവ് ബിഹേവിയർ തെറാപ്പി എന്നാൽ

ബിഹേവിയർ തെറാപ്പി. + സൈക്കോ തെറാപ്പി.

നമ്മുടെ ചിന്തകൾ രണ്ടു തരത്തിലുണ്ട്.

നെഗറ്റീവ് ചിന്തകൾ, പോസിറ്റീവ് ചിന്തകൾ എന്നിങ്ങനെ.

ഒരു സംഭവമല്ല നമ്മെ അലോസരപെടുത്തുന്നത്. നാം അതിന് കൊടുക്കുന്ന അർത്ഥമാണ്. നമ്മളുടെ ചിന്തകൾ നെഗറ്റീവ് ആയാൽ നാം ആ കാഴ്ചപ്പാടിൽ മാത്രമേ ഭാവി നോക്കിക്കാണൂ. ഉദാ: ഒരു സ്ത്രീയുടെ ഭർത്താവ് മരിച്ചു എന്ന് കരുതുക. അവർ വിലപിക്കുന്നു. *എന്റെ ജീവിതം തകർന്നു. എന്റെ കുട്ടികളുടെ ഭാവി നശിച്ചു. എന്റെ വരുമാനം ഇല്ലാതായി.* ഇങ്ങനെയുള്ള നിഷേധചിന്തകൾ അവരുടെ മനസ്സിൽ ഉയുന്നു.

നിങ്ങളുടെ ഭാവി അടഞ്ഞിട്ടില്ല എന്നവരെ ബോദ്ധ്യപ്പെടുത്തുക. *നിങ്ങൾക്ക് ഒരു ജോലി സമ്പാദിക്കാം. അങ്ങനെ പണം ഉണ്ടാക്കാം.*

കുട്ടികളെ പഠിപ്പിക്കാം. കുട്ടികൾ പഠിച്ചു വലുതായാൽ നിങ്ങളുടെ സാമ്പത്തിക സ്ഥിതി നന്നാവും. അങ്ങനെയവർക്ക് ഒരു പ്രത്യാശയുടെ വഴി കാണിച്ച് കൊടുക്കാം.

ഒരു വ്യക്തിയുടെ മനസ്സിൽ നടക്കുന്ന ചിന്തകൾ എന്തെന്ന് മനസ്സിലാക്കുന്നു. അങ്ങനെ അവരെ നെഗറ്റീവ് ചിന്തകളിൽ നിന്ന് മോചിപ്പിച്ച് പുതിയ വഴി കാണിച്ച് കൊടുക്കുന്നു.

കോഗ്നിറ്റീവ് ബിഹേവിയർ തെറാപ്പി 2

അത് പ്രാഗ്മാറ്റിക്കാണ്. പ്രായോഗികമാണ്. പ്രശ്നങ്ങളെ കണ്ടെത്തുന്നു. തരണം ചെയ്യുന്നു.

ഒരു പ്രശ്നത്തെ മാത്രം ടാർജറ്റ് ചെയ്യുന്നു. അതിനെ മാറ്റുവാൻ ശ്രമിക്കുന്നു.

ഇപ്പോഴുള്ള പ്രശ്നത്തെ മാത്രം പരിഹരിക്കാൻ ശ്രമിക്കുന്നു. ഭൂതകാലത്തെ ഇഷ്യൂകളെ തൊടുന്നില്ല.

തെറാപ്പിസ്റ്റ് ഒറ്റയ്ക്ക് ഒന്നും ചെയ്യുന്നില്ല. (കൂട്ടായ്മ മാത്രം.) നിഷേധചിന്തകളെ തടയുന്നു.

എഫഡ്രീൻ എന്ന മയക്കുമരുന്ന്

പണ്ട് കാലത്ത് ക്ലിനിക്കുകളിൽ ആസ്തമയ്ക്ക് ഉപയോഗിച്ചുവരുന്ന ഒരു വിലകുറഞ്ഞ മരുന്നായിരുന്നു ഇത്. എഫഡ്രീൻ അടങ്ങിയ കഫ്സിറപ്പുകൾ അന്ന് വ്യാപകമായിരുന്നു. കഫ്സിറപ്പുകൾ അളവ് കൂട്ടി കഴിച്ചാൽ നെഞ്ചിടിപ്പുണ്ടാകും. സുഖകരമായ ആലസ്യം ഉണ്ടാകും, ഉറക്കം പോകും, നാക്ക് വരണ്ട് പോകും. എഫഡ്രീൻ ഇന്ന് മെഡിക്കൽ ഷോപ്പിൽ നിന്ന് അപ്രത്യക്ഷമായി. എഫഡ്രിയ എന്ന ചെടിയിൽ നിന്നാണ് എഫഡ്രിൻ ഉണ്ടാക്കിയിരുന്നത്. ഇന്നത് ചുരുങ്ങിയ ചെലവിൽ ലാബിൽ ഉണ്ടാക്കുന്നു. എഫഡ്രീൻ ഉപയോഗിച്ചാണ് മീഥൈൽ ആംഫിറ്റമിൻ ഉണ്ടാക്കുന്നത്. 2016ൽ മഹാരാഷ്ട്രയിലെ സോലാപൂരിൽ നിന്ന് 18.5 ടൺ എഫഡ്രീൻ പിടിച്ചെടുക്കുകയുണ്ടായി. ഇത് കെനിയയിലേക്ക് കൊണ്ടുപോയി ആംഫിറ്റമിൻ ആക്കുവാനായിരുന്നു പരിപാടി. പ്രസിദ്ധ സിനിമാതാരം മമതാ കുൽക്കർണിയെ അറസ്റ്റ് ചെയ്യുകയുണ്ടായി.

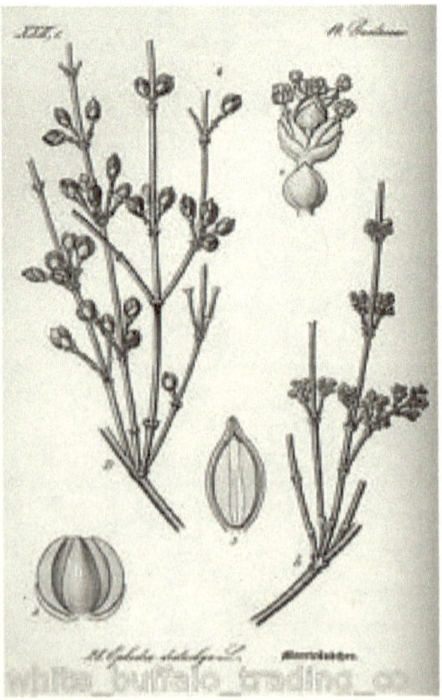

കേരളത്തിലേക്ക് പുതിയതരം മരുന്നുകൾ എത്തുന്നു

എത്തിയോപ്പിയയിൽ നിന്ന് എത്തിയ നിരോധിത മരുന്നായ 180 കിലോ ഖാട്ട് ഇല ഏറണാകുളത്ത് നിന്ന് പിടിച്ചെടുത്തത് ഇയ്യിടെയാണ് (2016) ൽ. കാത്തിനോൺ, കാത്തെയിൻ തുടങ്ങിയ രാസവസ്തുക്കളാണ് ഖാട്ട് ഇലയിൽ ഉള്ളത്. അമേരിക്കയിലും ചൈനയിലും നിരോധിച്ചിട്ടുള്ള ഖാട്ടിന്റെ അമിത ഉപയോഗം

വിഷാദം
ഉറക്കമില്ലായ്മ
വന്ധ്യത
അക്രമണവാസന
വായ, വയർ കാൻസർ
ദഹനക്കുറവ് എന്നിവ ഉണ്ടാക്കും.

എത്തിയോപ്പിയ, സൊമാലിയാ, കെനിയ എന്നിവിടങ്ങളിൽ ഖാട്ട് കൃഷി നിയമവിധേയമാണ്. ലഹരിക്കായി പച്ചയില നേരിട്ട് ചവച്ച് കഴിച്ചും ഉണങ്ങിയ ഇല ചൂട് വെള്ളത്തിൽ കലക്കിയും ആണ് കഴിച്ചു വരുന്നത്. വിനോദത്തിനും ഔഷധത്തിനുമായി ഉപയോഗിക്കുന്ന ഖാട്ട് ഇല കഞ്ചാവ് പോലെ മയക്കുമരുന്നായി ദുരുപയോഗം ചെയ്യുന്നു.

ഉപസംഹാരം

കേരളം മയക്കുമരുന്നിൽ മയങ്ങുകയാണ്. കുട്ടികളും ചെറുപ്പക്കാരും ആണ് മയക്കുമരുന്നിന്റെ പ്രധാന ഇരകൾ. സാമ്പത്തിക പുരോഗതിയും ഇന്റർനെറ്റിന്റെ ദുരുപയോഗവും കാരണം നൂതനമായ മരുന്നുകൾ ഇവിടെ സുലഭമായിത്തീരുകയാണ്. മയക്കുമരുന്നിന്റെ വ്യാപ്തി മനസ്സിലാക്കണമെങ്കിൽ ദിവസേനയുള്ള വാർത്തകൾ നോക്കിയാൽ മതി. കുഗ്രാമങ്ങളിൽ നിന്ന് പോലും ബ്രൗൺ ഷുഗർ പിടിക്കപ്പെടുന്നു. നഗരത്തിൽ ഹോട്ടൽ മുറികളിൽ റെയിഡു നടക്കുമ്പോൾ DJ പാർട്ടികളാണ് കാണുന്നത്. ഫെയിസ്ബുക്ക്, വാട്ട്സ്ആപ്പ് കൂട്ടായ്മകൾ വഴി മയക്കുമരുന്നിന്റെ വ്യാപാരം സുഗമമായി നടക്കുന്നു. പുത്തൻ ബൈക്കുകളിൽ ലഹരി പദാർത്ഥങ്ങൾ കടത്തപ്പെടുന്നു. ലഹരി ഉപയോഗിച്ചുള്ള മരണങ്ങൾ വ്യാപകമായി റിപ്പോർട്ട് ചെയ്യപ്പെടുന്നുണ്ട്. അപകടങ്ങളും റോഡപകടങ്ങളും പെരുകുകയാണ്. സ്കൂളുകളിൽ ഡ്രോപ്പൗട്ടുകൾ കൂടുകയാണ്. ഒരിക്കൽ ഒരാൾ അഡിക്ടായാൽ അതിൽ നിന്ന് പൂർണ്ണമായും രക്ഷപ്പെടാൻ കുറേ മിനക്കേടുണ്ട്. ലഹരി മരുന്ന് ഉപയോഗം പൂർണ്ണമായും നിർത്തുകയും അയാളെ തുടർച്ചയായി ഫോളോ അപ്പ് ചെയ്യുകയും വേണം. അയാളെ പുനരധിവസിപ്പിക്കണം. വളരെ ഭാരിച്ച ഉത്തരവാദിത്വമാണ് സമൂഹത്തിന്. ചെറുപ്പത്തിലെ ലഹരി പിടികൂടിയാൽ അഡിക്ഷൻ സാദ്ധ്യത ജാസ്തിയാണ്.

ആനന്ദത്തിന്റെ ഉറവിടം മനസ്സാണ്. സുകുമാര കലകളെ പ്രോത്സാഹിപ്പിക്കുന്നത് വഴി മനസ്സിൽ ആനന്ദം ഉണ്ടാകും. അതേപോലെ യോഗ, വ്യായാമം എന്നിവയും മനസ്സിനെ ഉത്തേജിപ്പിക്കും. തലച്ചോറിനെ ഉത്തേജിപ്പിക്കുന്ന വെടിമരുന്ന് നമ്മുടെ ശരീരത്തിൽ തന്നെയുണ്ട് (ആനന്ദമൈഡ്, എന്റോർഫീൻ) എന്നിവ. മയക്കുമരുന്ന് ഉപയോഗിച്ച് ആനന്ദത്തിന്റെ അമിട്ട് പൊട്ടിക്കുന്നത് അപകടകരമാണ്. മയക്കുമരുന്നിന്റെ അടിമയാവാതിരിക്കുന്നതാണ് നല്ലത്. ഒരിക്കൽ അടിമയായാൽ രക്ഷപ്പെടുക അത്ര എളുപ്പമല്ല.

മയക്കുമരുന്നിന്റെ കെടുതികളെ കുറിച്ച് നാം തലമുറയെ ബോധവൽക്കരിക്കണം. മയക്കുമരുന്ന് ശൃംഖലയെ തകർക്കണം. സമൂഹത്തിൽ ആഴത്തിൽ വേരോടിയിരിക്കയാണ് മയക്കുമരുന്ന് സംസ്ക്കാരം,

അത് പിഴുതെറിയണമെങ്കിൽ സർക്കാർ വിചാരിച്ചാൽ മാത്രം പോരാ. ഓരോ വ്യക്തിയും ഉണർന്ന് പ്രവർത്തിക്കണം. വിദ്യാർത്ഥികളും, അദ്ധ്യാപകരും, രക്ഷിതാവും, പോലീസും എക്സൈസുകാരും, ക്ലിനിക്കൽ സൈക്കോളജിസ്റ്റും, മയക്കുമരുന്ന് ചികിത്സയിൽ പ്രാവീണ്യം നേടിയ ഡോക്ടറും, ഇവരെല്ലാം കൂട്ടമായി പ്രവർത്തിച്ചാലേ നമുക്ക് മയക്കുമരുന്ന് എന്ന ഭീഷണി തടയാനാവൂ. മയക്കുമരുന്നിനെതിരെയുള്ള പോരാട്ടം ഓരോ വീട്ടിൽ നിന്നും തുടങ്ങണം. അങ്ങനെ പുതിയ തലമുറയെ മയക്കുമരുന്നിന്റെ നീരാളിപ്പിടുത്തത്തിൽ നിന്ന് രക്ഷപ്പെടുത്തണം.

ഒരു തലമുറ മയക്കുമരുന്നിൽ മയങ്ങി നശിക്കരുത്.

REFERENCES

1. Science 258 (5090)
2. International Review of Neuro biology 85 (57-72)
3. Life Science 86
4. British Journal of Pharmacology 153(3)
5. Nature 382 (6593)
6. Journal of Neuro Science 7 (4)
7. Journal of Biological Chemistry 280 (36)
8. CNS Drug Review 12 (3-4)
9. Journal of Medicinal Chemistry 51 (24)
10. Chemistry and Biology 16 (6)
11. Depression free Booklet
12. National Institute of Mental Health US
13. NIH (National Institute of Drug Abuse)
14. Videos I Sciences CPDD What is hot (Aug 2015)
15. Naloxone Rescue Kits (Aug 2015)
16. Opioid Death in Women (July 2015)
17. Prescription Drug Abuse in Youth (Aug. 2013)

NIH (National Institute of Drug Abuse) provided information regarding all the drugs in this book. Even gave guidance in preparing articles. The author is indebted to the great service done by NIH in preparing this book.

Thanks to Sri Rishi Raj Sing, who provided valuable information regarding drug addiction in kerala. He and his team has done commendable work in educating about the drug menace.

തീവ്ര
പ്രണയം
NIZIL SHARAF

www.ingramcontent.com/pod-product-compliance
Lightning Source LLC
LaVergne TN
LVHW040821051026
849519LV00007BA/2702